நதவம்

அவுஸ்திரேலியக் கதைகள்

தேர்வும் தொகுப்பும்
எஸ். கிருஸ்ணமூர்த்தி

வேரல்
பதிப்பகம்

வேரல் பதிப்பகம்

வேரல் புக்ஸ் வெளியீட்டு எண்: 43

தைலம் * தேர்வும் தொகுப்பும்: எஸ். கிருஸ்ணமூர்த்தி© * சிறுகதைகள் * முதல் பதிப்பு: ஜனவரி 2023 * பக்கங்கள்: 144 * வேரல் புக்ஸ் * 6, இரண்டாவது தளம், காவேரி தெரு, சாலிகிராமம், சென்னை – 600093 * மின்னஞ்சல்: veralbooks2021@gmail.com * தொலைபேசி: 9578764322 * அட்டைவடிமைப்பு: லார்க் பாஸ்கரன் * லேஅவுட்: சந்தோஷ் கொளஞ்சி

Tailam * Compiled by: S.Kirushnamoorthy© * Short stories of Austrelia * First Editon: January 2023 * Pages: 144 * Veral Books * No: 6, 2nd Floor, Kaveri Street, Saligramam, Chennai – 600093 * Email ID: veralbooks2021@gmail.com * Phone: 9578764322 * Wrapper Designed by: Lark Bhaskaran * Layout Designed by: Santhosh kolanji

Rs. 150

ISBN: 978-81-960544-3-4

தமிழில், புலம்பெயர் இலக்கியம் புதிய திணையைச் செழுமையாக அடையாளப்படுத்தியுள்ளது. இதில் பல்வேறு பிராந்தியங்கள் உள்ளன. ஒவ்வொன்றும் விதவிதமான குணமும் அழகும் கொண்டவை. அந்தவகையில் இந்தத் தொகுப்பிலுள்ள சிறுகதைகள் அவுஸ்திரேலியச் சூழலையும் அங்குள்ளவாழ்க்கையையும் சாராம்சப்படுத்துகின்றன. இந்தத் தொகுப்பில் அதுவே கவனம் கொள்ளப்பட்டுள்ளது. இதில் 12 எழுத்தாளர்களின் 12 கதைகள் உண்டு. இவை வெவ்வேறு கோணங்களில், புதியகண்ணோட்டத்தில் எழுதப்பட்டுள்ளன. இது போல இன்னும் ஒரு தொகுதியைக் கொண்டு வரக் கூடிய அளவுக்குக் கதைகளும் எழுத்தாளர்களும் அவுஸ்திரேலியாவில் உண்டு. அதை இன்னொரு தொகுதியாகக் கொண்டு வரலாம் என்று திட்டமிட்டுள்ளோம். ஒரே தொகுதியில் எல்லோரையும் உள்ளடக்கி, எல்லாவற்றையும் கொண்டு வருவது சாத்தியப்படவில்லை. இந்தத்தொகுப்புக்குக் கிடைக்கும் வரவேற்பு அடுத்ததொகுதியை விரைவு செய்யும்.

மிகக் குறுகிய காலத்தில் இந்தத் தொகுப்பைத் தொகுக்க வேண்டிய சூழல் ஏற்பட்டது. நாங்கள் விடுத்த வேண்டுகோளை ஏற்று ஒவ்வொருவரும் தங்கள் கதைகளை அனுப்பி வைத்ததற்கு நன்றி. அவுஸ்திரேலியாவிலிருந்து எஸ்.பொ, முன்னர்பனியும் பனையும் என்ற கதைத் தொகுதியைவெளியிட்டிருக்கிறார். முருகபூபதி உயிர்ப்பு என்ற சிறுகதைத் தொகுப்பைத் தொகுத்து வெளியிட்டார்.இப்பொழுது தைலம் என்ற இந்தத் தொகுப்பு வருகிறது. அவுஸ்திரேலியாவின் அடையாளங்களில் ஒன்று யூகலிப்ரஸ் Eucalyptus. தமிழில் இதை தைலமரம் என்று குறிப்பிடுவதுண்டு. இங்கே தைலம் என்பது தனியே யூகலிப்ரஸை மட்டும் குறிக்காமல், வாழ்க்கையின் சாரத்தை – அதன் தைலத்தைக் குறிப்பதாகவே கொள்ளப்படுகிறது. அதைப்போல அவுஸ்திரேலியச் சூழலின் சாரத்தை – அதன் தைலத்தையும். இந்த நூலைச் சிறப்பாக வெளியிடும் வேரல் வெளியீட்டகத்துக்கும் அழகாக வடிமைப்பைச் செய்திருக்கும் லார்க் பாஸ்கரனுக்கும் நூல் வெளியீட்டில் ஒத்துழைத்த கவிஞர் கருணாகரனுக்கும் கதைகளை மெய்ப்புப் பார்த்த தயாளனுக்கும் நன்றிகள்.

எஸ். கிருஷ்ணமூர்த்தி

உள்ளே

1. தென் துருவத் தேவதை
கன்பரா யோகன் 5
2. பொதுச்சுடர்
தெய்வீகன் 15
3. தொத்து வியாதிகள்
அருண். விஜயராணி 31
4. பனை
அசன் 41
5. புதர்க் காடுகளில்
முருகபூபதி 49
6. வௌவால்கள்
நடேசன் 59
7. ஒரு வீடு இருவேறு உலகம்
எஸ். கிருஸ்ணமூர்த்தி 69
8. விளைமீன்
ஜே.கே 74
9. பறவைகளின் நண்பன்
தாமரைச்செல்வி 95
10. கங்காரு
ஆசி கந்தராஜா 105
11. விளக்கின் இருள்
கே.எஸ்.சுதாகர் 118
12. அவள் ஒரு பூங்கொத்து
தேவகி கருணாகரன் 129

தென் துருவத் தேவதை

கன்பரா யோகன்

வரிசையாக அடுக்கிக்கிடந்த பத்து பதினைந்து வட்ட மேசைகளை சுற்றி இருந்து சீட்டாடிக்கொண்டே சாப்பிட்டுக்கொண்டிருப்பவர்கள் பலர் மத்தியில் தான் தனியாக ஒரு மேசையிலிருந்து சாப்பிட்டுக்கொண்டிருந்தது கதிருக்கு சங்கடமாகத்தானிருந்தது. எல்லாருமே பேசிக்கொண்டே சாப்பிடுகிறார்கள். ஆனால் அவனுக்கு பேசிக்கொண்டு சாப்பிடும் பழக்கம் இல்லை. பேசிக்கொண்டு சாப்பிட்டால் அது சாப்பாட்டின் ருசியையே மறைத்துவிடும் என்று நினைப்பவன் கதிர். வாய்க்கு ஒரே நேரத்தில் இரண்டு வேலை கொடுப்பதில் அவனுக்கு விருப்பமில்லை என்பது இன்னொரு காரணம். புரையேறிவிடும் என்று சிறுவயதிலிருந்தே தொடரும் பயம்வேறு.

அவனுடன் அமர்ந்திருந்து கதைப்பதற்கும் அந்த மதிய உணவறையில் யாரும் துணியவில்லை. அவர்களை புரிந்துக்கொண்டு அவர்களுடன் கலந்து கொள்ளுமளவுக்கு அவர்கள் பேசி சிரிக்கும் பல விடயங்கள் அவனுக்கு இன்னும் புரியவும் தொடங்கவில்லை. தான் இந்த நாட்டுக்கு புதிதாக புகலிடம் தேடி வந்தவன் என்பதையும் அவன் இன்னும் எவருக்கும் சொல்லவில்லை.

பொதுவாகவே ஒதுங்கிப் போகிறவர்களைக் கண்டுகொள்ளாமல் விட்டு விடுவது இவ்வூரின் வழக்கம். அது அவரவர் ‘பிரைவசி’ என்று யாரும் தலையிடுவதில்லை.

கதிரின் பிரச்சினை ஆங்கிலம் புரியாததால் வந்த தயக்கமும் தாழ்வுணர்வும்தான். அதை அவன் வெல்ல முயற்சிற்பதற்குப் பதிலாக முட்டாள்தனமாக ஒரு மௌனச் சுவரை தன்னைச் சுற்றி எழுப்பிக் கொண்டு வருவதை முதலில் கண்டறிந்தவள் மிச்செல்தான்.

ஒரு மதிய இடைவேளையில் கன்டீனில் கதிர் தலையைக் குனிந்தபடியே பிளேட்டை முகம் முட்டுமளவு குனிந்து சாப்பிட்டுக் கொண்டிருக்கையில் அங்கு வந்த மிச்சேல் அவனை பார்த்து சிரிக்க —

‘ஏன்’ — என்று கேட்டான்.

‘சாப்பிட்டு முடித்துவிட்டு பிளேட்டுக்கு முத்தம் கொடு’ — என்று அவனைக் கிண்டல் பண்ணிக்கொண்டே எதிரில் அமர்ந்தாள். அந்தளவுக்கு பிளேட்டுக்குக் கிட்ட அவன் முகம் இருந்தது.

‘இங்கே ஒவ்வொருவரும் தங்களைச் சுற்றி சுவர்களை எழுப்பி வைத்திருக்கிறார்கள்’

சொன்னது புரியாமல் அவளைப் பார்த்தான்.

‘இப்போ பார். என் அயல்வீட்டுக்காரரின் பெயர்களே எனக்குத் தெரியாது. ஒருநாள் நானாகவேதான் போய் அறிமுகப்படுத்திக்கொண்டேன். பிறகுகூட அவர்கள் பழகுவதில் ஆர்வம் காட்டவில்லை. வெறும் ‘ஹாய்’, ‘குடே’, ‘மோர்னிங்’ என்கின்ற மாத்திரத்தில் நிறுத்திக்கொண்டார்கள். பிறகு வீட்டைவிட்டுப் போன பல நாட்களின் பின்னர்தான் தெரிந்தது, அவர்கள் அங்கிருந்து போய் விட்டார்களென்பது.’

‘சராசரியாக 40 வீதமான ஆஸ்திரேலியர்களுக்கு தங்களது அயலார் யாரென்றே தெரியாது. சிலர் பெரும் கோட்டைக்குள்ளேயே வாழ்கிறார்கள். உள்ளே நுழையவே முடியாது’

அவளே தொடர்ந்து பேசிக்கொண்டிருந்தபோதும்கூட கதிர் சாப்பாட்டில் கவனமாகவிருந்தான்.

கதிர்ராஜன் என்ற பெயரை குறுக்காக — இரு பாதியாக அறுத்து — ‘கதிர்’ என்று சுருக்கியிருந்தபோதிலும் ஆரம்பத்தில் ‘காதிர்’ என்றுதான் அவனை நீட்டிக் கூப்பிட்டுக் கொண்டிருந்தாள் மிச்செல். அவளை இடைநிறுத்தி திருத்தி ‘கதிர்’ என்று குறில் ஒலிக்க வைத்த போதிலும் பலருக்கு அவன் இன்னும் காதிர்தான்.

மிச்செலுடன் பழகத்தொடங்கிய சில நாட்களின் பின் ஒரு நாள் மிச்செலுக்கு மலை ஏறுவதில் ஆர்வம் அதிகம் என்பதை கதிர் அறிந்துகொண்டான். எப்படியும் வார விடுமுறையில் ஒரு மலையிலாவது தவறாது ஏறி விடுவாளாம்.

ஒருநாள் மிச்சேல் டகர்நோங் பள்ளத்தாக்கைச் சுற்றியுள்ள மலைகளின் பெயர்ப் பட்டியல் ஒன்றைக் கொண்டுவந்து அவனுக்கு காட்டினாள். அவற்றுள் ஏறக்கூடிய பாதைகள் உள்ள மலைகளை அவள் குறித்துத் தந்திருந்தாள். அவள் காண்பித்தபடி அவளோடு சென்று ஓரிரு மலைகளில் ஏறியபின் கதிருக்கும் மலையேறுவதில் ஆர்வம் வந்துவிட்டது. வெறும் உடற்பயிற்சிக்காகவோ அல்லது மலைஉச்சியில் நின்று பார்க்கையில் தெரியும் விரிந்த

காட்சிகளுக்காகவோ இல்லாமல், மண்டிக் கிடக்கும் மனித மனதின் உளைச்சல்களையெல்லாம் மலை உச்சியில் போய் நின்று இலேசாக்கிக்கொள்வதற்கும் எல்லா தளைகளிலிருந்தும் விடுபட்டு மிதப்பதுபோன்ற புதியதொரு உணர்வைப் பெற்றுக்கொள்வதற்கும் மலையேறுதல் கதிருக்கு மிகவும் பிடித்துப்போனது.

மலை உச்சியில் எப்போதும் வீசும் காற்று, ஏறிய களைப்பின் வியர்வையை ஆற்றி உடலைக் குளிர வைக்கும். அவன் அங்குள்ள ஒரு கல்லில் அமர்ந்து கழுத்தில் தொங்கும் பைனாகுலரை எடுக்காமலேயே, அதுதானே ஆஸ்பத்திரி கட்டடம்? இதுதானே மாதா கோயில் கோபுரம்? — என்று குத்துமதிப்பாக முடிவுசெய்துவிட்டுப் பிறகு பைனாகுலரின் மூலம் சரி பார்ப்பான். அது கதிரின் ஒரு பொழுதுபோக்காகிவிட்டது.

வீட்டுக்கு வந்து முதல் வேலையாக ஏறிய மலைகளின் பெயரையும் உயரத்தையும்,ஏறிய திகதியையும் அவற்றைவிட மலை அடிவாரத்துக்கு செல்லும் பாதையின் விவரங்கள், ஏறி — இறங்க எடுத்த நேரம் எல்லாவற்றையும் டயரியில் குறித்து வைத்துக்கொள்வான்.

ஆஸ்திரெலியாவுக்கு வந்த ஆரம்பத்தில் பெண்களை கழுத்துக்கு மேலேயும் முழங்காலுக்கு கீழேயும் மட்டுமே பார்த்துப் பேசிப் பழக்கப்பட்டிருந்த கதிர், மிச்செலின் பழக்கத்திற்குப் பின்பு கொஞ்சம் கொஞ்சமாக சகஜ நிலைக்கு வரத்தொடங்கியிருந்தான். மிச்சேலுக்கு, தோள்வரை தொடும் தூரிகையின் மென் மயிர்க்கற்றைகள் போன்ற முடி. அது அடிக்கடி அவள் முகத்தில் வழிந்து கண்ணை மறைக்க அதை நிமிர்த்தும் அவளின் தலையசைப்பு ஒரு மின்னல் கணத்தில் நிகழ்வது அவளுக்கு கவர்ச்சியைக் கொடுக்கிறது.

தென் துருவப் பனிப்பாறைக் கண்டமான அன்டார்டிக்காவிலுள்ள அமெரிக்க ஆய்வு நிலையமொன்றில் பணி புரிந்து கொண்டிருந்த தன் தந்தையைப் பற்றியும், கருவுற்றிருந்த தன் தாய் ஒரு கோடை விடுமுறையில் அவரைப் பார்க்கப் பார்க்கப் போனபோதே அங்கே சடுதியாகப் பிரசவவலி ஏற்பட்டு எதிர்பாராவிதமாய் தான் அங்கே உறை பனிக்குளிரில் பிறந்ததையும் மிச்செல் சொன்னாள்.

‘இங்கே பார்’ — என்று கையைக் காட்டி —

‘எவ்வளவு வெள்ளையாக இருக்கிறேன்! பனிக்குள் பிறந்த ஒரு தென் துருவத் தேவதை நான்’ — என்று ஒருநாள் சிரித்துக் கொண்டே சொன்னாள்.

‘ஜேம்ஸிலும் பார்க்க நான் வெள்ளை. பனியின் வெள்ளை’

ஜேம்ஸ் அவளின் போய் — பிரெண்ட் என்று அன்றுதான் கதிருக்கு தெரிந்தது.

'ஜேம்ஸ் உன்னுடன் மலையேற வருவதில்லையா?' — என்று கேட்டதற்கு

'அவனுக்கெங்கே இதற்கெல்லாம் நேரம்? நண்பர்களுடன் போய் கூத்தடித்து வருவதில்தான் அவன் நேரம் போகிறது. ஜேம்ஸ் ஒரு சோம்பேறி. உன்னைப் போல கடும் வேலைகள் செய்து பழக்கப்படாதவன்' — என்றாள்.

கதிர் அந்த பக்டரியில் வேலைக்கு விண்ணப்பிக்கும்போதே தான் பாரம் தூக்கும் வேலைகள் செய்து பழக்கப்பட்டவன் என்றும் அத்துடன் சலவை சோப்பு தயாரிக்கும் பக்டரியொன்றில் வேலை செய்த முன்னனுபவம் தனக்கு உண்டென்றும் இரண்டு பொய்களைச் சொல்லியிருந்தான். ஊருக்கு போன் பண்ணி கேட்க மாட்டார்கள் என்ற நம்பிக்கையிருந்தது.

குப்பை அள்ளும் வேலை என்றாலும் நேர்முகத் தேர்வு இல்லாமல் இங்கே கிடைக்காது என்பது அவனுக்கு தெரியாது.

இந்த வேலைக்கு விண்ணப்பித்தபோதும்கூட நேர்முகத்தேர்வுக்கு போவதற்கு அவனிடம் கார் இருக்கவில்லை. சைக்கிளில் போய் பக்டரியின் படலைக்கு பக்கத்தில் அதைப்பூட்டி வைத்துவிட்டு காத்திருந்தான். அங்கிருந்து பார்த்தால் கிட்டத்தட்ட இருநூறு மீற்றருக்கப்பால் மஞ்சள் நிறத்தில் தகரச் சுவரும் கூரையும் கொண்ட நான்கு பெரிய கட்டடங்கள் தெரிந்தன. அவனை நேர்முகத்தேர்வு செய்ய வந்த பக்டரியின் துணை இயக்குனர் இரு புறமும் பச்சைப்புல் மட்டமாக வெட்டப்பட்டு நடுவில் ஓடிய கான்கிரீட் பாதையில் நீண்ட நடை நடந்து படலைக்கு வந்து கைகுலுக்கி அவனை அவரது அலுவலகத்துக்கு கூட்டிச்சென்றார். சற்றுக் கூனியிந்திருந்த அவர் முதுகைப் பார்த்தபடி பின் தொடர்ந்தான் கதிர்.

அது ஒரு கிரேக்க கொம்பனி. உலகின் வேறு சில இடங்களிலும் அதற்கு தொழிற்சாலைகள் மற்றும் விற்பனை அலுவலகங்கள் இருந்தன. அறிமுகத்தை தொடர்ந்து அவனிடம் 'கார் இருக்கிறதா?' — என்று கேட்டார்.

'இப்போது சைக்கிள்தான். வேலை கிடைத்தால் கார் வாங்க எண்ணியுள்ளேன்' — என்றான் கதிர் அவனுக்குத்தெரிந்த ஆங்கிலத்தில்.

கதிரின் விண்ணப்பத்தைப் பார்த்துவிட்டு —

'உனக்கு பாரம் தூக்கிய அனுபவம் உண்டு இல்லையா? ஆனால் இங்கே பாரம் இழுக்கும் வேலைதான் இப்போது இருக்கிறது' — என்றார் அந்த கிரேக்க முதலாளி.

அது எப்படி என்று கேட்காமலேயே 'செய்வேன் ஐயா' என்று தலையாட்டினான் கதிர்.

அவன் சொன்ன சகல பொய்களுக்கும் பரிசாக வேலை கிடைத்தது.

அவன் அந்த தொழிற்சாலையில் சேர்ந்தபோது முதலில் அவனை அணியில் வேலை செய்யும் பெண்கள் 'பலட்டில்' அடுக்கி வைக்கும் சோப் — பவுடர் அடைக்கப்பட்ட பெட்டிகளை கை வண்டியில் இழுத்து செல்லும் வேலைக்கு நியமித்தார்கள். கழுத்திலிருந்து கால் வரைக்கும் நீளும் நீல நிற அங்கியும், கால்களைப் பாதுகாக்க சப்பாத்தும் தரப்பட்டது.

சோப்புத் தூள் கொண்ட ஆறு பெட்டிகளை ஒரு காட்போட் பெட்டிக்குள் வைத்து சீல் பண்ணிய பின்னர், ஒரு அடுக்கில் எட்டு எட்டுப்பெட்டிகளாக வைத்து, மரப் பலட்டில் அவை அடுக்கப்படும். அடுக்கிய பின்னர் உற்பத்தி வரிசை அணியில் நிற்கும் மரியா அல்லது ரீனா அவனைக் கூப்பிடுவார்கள். ஓடிச்சென்று அந்த பலட்டை கை வண்டியால் இழுத்துக்கொண்டுபோய் அவற்றுக்கு பிளாஸ்டிக் உறைபோடும் இடத்தில் விடவேண்டும்.

கொஞ்ச நாட்கள் அதில் வேலை செய்த பின்னர், பெட்டிகளை இழுத்துச்செல்வதற்கு ஃபோக் லிப்ட் இயந்திரம் பாவனைக்கு வந்தது. கதிருக்கு ஃபோக் லிப்ட் ஓட்டும் லைசென்ஸ் இல்லாததால் சோப்புத்தூள் தயாரிக்கும் பகுதிக்கு மாற்றப்பட்டான்.

சலவைத்தூள் பகுதியில் அவனுடன் நால்வர் வேலை செய்தார்கள். அப்பகுதியெங்கும் வெண்ணிற சலவைத்தூள் தூசி காற்றில் மிதந்து தலைமுடியிலும் இமை மற்றும் மீசை, தாடி இருந்தால் அங்கெல்லாம் படிந்து நால்வரும் முதிய தோற்றம் காட்டுவர். தேவையென்றால் மூக்குக்கு மாத்திரம் மாஸ்க்கும், கண்ணுக்கு பிளாஸ்டிக் கண்ணாடியும் போட்டுக்கொள்வர். இருந்தாலும் அதை மீறி சோப்புத்தூசு உள்நுழைவது வழமையாகவிருந்தது.

'காலையில் இளைஞனாயிருந்தாய். அதற்குள் கிழவனாகிவிட்டாயா' — என்று கதிரைப்பார்த்து கேலி செய்வாள் மிச்செல்.

மிச்செல் அந்த பக்டரியின் தரக்கட்டுப்பாட்டுப் பகுதியில் வேலை செய்ததால் பவுடர் சாம்பிள்களை பரிசோதனைச்சாலைக்கு எடுத்துக்கொண்டு போவதற்காக வருவாள். ஒவ்வொரு உற்பத்தி அணியிலும் இரண்டு தடவைகள் சாம்பிள்கள் எடுக்கப்படும். அந்த சாம்பிள்களை எடுப்பதற்காக அவ்வப்போது கொன்ரோல் ரூமுக்கு வருவது வழக்கம்..

மேலே இரண்டாம் தளத்தில் குருணல்களாக விழுந்து கொண்டிருக்கும் சோப்புத் துகள்களின் உற்பத்தியை கணினி மூலம் கண்காணிக்கவென கட்டப்பட்டிருந்த அரைவாசிக்கு கண்ணாடிச் சுவர் கொண்ட கொன்ரோல் ரூமில் ஒருநாள் பேசிக்கொண்டிருந்தபோது, தான் கருவுற்றிருப்பதாகவும் பேறுகால லீவு முடிந்ததும் ஒரு வருடம் சம்பளமில்லாத லீவு எடுத்துக்கொள்ளக் கேட்டதாகவும் கொம்பனி இன்னும் முடிவு சொல்லவில்லை என்றும் சொல்லிகொண்டிருந்தாள் மிச்செல்.

தொடர்ந்து தனது கதையைச் சொல்லிக்கொண்டே போனவள் கதிரின் பார்வையைப் புரிந்துகொண்டு

'இன்னும் திருமணம் செய்யவில்லைதான். ஆனால், இது விபத்துப்போல நடந்துவிட்டது' — என்று வெட்கப்படாமல் சிரித்தாள்.

'பிள்ளை பிறக்கு முன்பே நான் ஜேம்ஸை மணம் புரிவேன். உனக்கு நிச்சயம் திருமண அழைப்பிதழ் அனுப்புவேன்' — என்றாள்.

கதிர் மொபைல் நம்பரைக் கொடுத்தான்.

கதிரின் அந்த போனில் மிச்செல் ஒரே ஒரு குறுஞ் செய்திதான் அனுப்பியிருந்தாள். அதன் பிறகு அதிக நாட்கள் செல்லவில்லை.

மிச்செல் இரண்டு நாட்களாக காரணம் ஏதும் சொல்லாமல் வேலைக்கு வராததை மிச்செலின் சகோதரிக்கு தொழிற்சாலை நிர்வாகம் அறிவித்து, மிச்செலின் சகோதரி அவளது வீட்டுக்குச்சென்று பார்த்தபொழுது மரணதிற்கான எந்த தடயமுமில்லாது படுக்கையறையிலேயே செத்துக் கிடந்திருக்கிறாள். பிரேத பரிசோதனையில் கழுத்தை இறுக்கிய மூச்சுத் திணறலினால் மரணம் சம்பவித்தமை உறுதிசெய்யப்பட்டது

அதன்பின்னர், 'ஐஸ்' என்னும் போதை மருந்து பாவித்து வந்த மிச்சேலின் போய் பிரென்ட் ஜேம்ஸிடம் அது தொடர்பாக வாக்குவாதப்பட்ட ஓரிரவில் மிச்சேலின் மரணம் நிகழ்ந்ததாக அறிய வந்தது.

எல்லாவற்றையும் கதிருடன் பகிர்ந்து கொண்ட மிச்செல், ஜேம்ஸின் போதை பழக்கத்தை மட்டும் அவனுக்குச் சொல்லவேயில்லை. இந்த இரகசியங்களை எந்தப் பெண்ணாலும் வெளியே சொல்லமுடியாதோ என்னவோ? அல்லது ஜேம்ஸை எப்படியாவது மாற்றிவிடமுடியும் என்று அவள் நம்பியிருக்கலாம். அதன்பின்னர், கதிருக்கு அவனை அறிமுகம் செய்ய எண்ணியிருக்கலாம்..

ஒளிந்திருந்த ஜேம்ஸை இருநூறு கிலோ மீட்டருக்கப்பாலிருந்த பண்ணை வீடு ஒன்றிலிருந்து பொலீஸ் சுற்றிவளைத்துப் பிடித்தது.

கதிர் பேரதிர்ச்சியிலிருந்தான்.

இரண்டு நாட்கள் தொழிற்சாலை மூடப்பட்டது. கதிர் ஒரு பைத்தியக்காரனைப் போல — எல்லாவற்றையும் மறந்துவிட்டவனைப்போல — எதுவும் நினைவுக்கு வராதவனைப்போல — மிச்செலின் நினைவுகளுடன் அலைந்து களைத்தான்.

அந்த நாட்களில் மிச்செலின் மரண சடங்கு நடைபெற்றது. தொழிற்சாலை மூடப்பட்டிருந்தாலும் எவருக்கும் இறுதியாத்திரைக்கு அழைப்பு கிடைக்காததால் தொழிலாளர்களிடம் பணம் சேர்த்து பூங்கொத்து ஒன்றினை அனுப்புவதற்கும், மிகுதிப்பணத்தை போதை மருந்து தவிர்ப்பு ஆலோசனை சபை ஒன்றுக்கு அனுப்பவதற்கும் தொழிற்சாலை நிர்வாகம் முடிவுசெய்திருந்தது.

மிச்செல் இல்லாமல் போன இரண்டாவது கிழமைதான் கதிருக்கு கஷ்ட காலம் பிடித்தது.

பவுடர் சாம்பிள் ஒன்றைப் போத்தலில் எடுத்துக் கொண்டுபோய் கொன்ரோல் ரூமிலிருந்த சில்வியாவிடம் கொடுத்துவிட்டு வந்தான் கதிர். மிச்சலுக்கு பதிலாக அவளது வேலையை செய்து வந்தவள்தான் சில்வியா. அவள் போலந்தில் பிறந்தவள்.

அன்று அவன் சில்வியாவிடம் கொடுத்த சாம்பிள் தரக்கட்டுப்பாட்டுப் பரிசோதனையில் நிராகரிக்கப்பட்டது. சில்வியாவிடம் கொடுத்திருந்த — மென் நீலமாக இருக்கவேண்டிய — சோப்புத்துகள்கள் எவ்வாறு கருநீலமாக நிறம் மாறியிருந்தது என்று அவனுக்குப்புரியவே இல்லை.

நிர்வாக அதிகாரி நிக் மோனஸ் கதிரை தனது அலுவலகத்துக்கு கூப்பிட்டு சரமாரியாகத் திட்டினான்.

'இனிமேல் இப்படியான தவறுகளை கேட்க நான் விரும்பவில்லை. அடுத்த முறையும் நீதான் இதற்கு பொறுப்பாளியாகவிருந்தால் இரண்டு வார நோட்டீஸுடன் வேலையிலிருந்து நிறுத்திவிடுவேன்' — என்று மிரட்டி அனுப்பினான்.

இரண்டு வார நோட்டீஸ் என்பது வேலைக்குச் சேர்ந்தபோதே அவன் கையொப்பமிட்டுக்கொடுத்த ஒப்பந்தம். என்ன செய்ய முடியும்? கதிர் யூனியனிலும் இல்லை.

தரக்கட்டுப்பாட்டாளர்களால் நிராகரிக்கப்பட்டதற்கு அமைய இருபத்திநாலு தொன் சோப்புத்துகள்களையும் அதன் முடிக்கப்படாத கரைசலையும் அப்புறப்படுத்துவதென்பது முதுகு முறியும் வேலை. அதைவிட, பில்ட்டர்களையும், தாங்கிகளையும் கழுவித் துப்பரவாக்கி புதிய அணிக்கு அதனை தயார்படுத்துவதற்கிடையில் குறைந்தது மூன்று நாட்கள் ஓடிவிடும். தொழில் போட்டியில் இன்னொரு கொம்பனி நிக் மோனசுக்கு தலையிடி கொடுத்துக்கொண்டிருந்த நிலையில், இடம்பெற்றிருக்கும் இந்தப்பின்னடைவு தொழில் நட்டத்துக்கு அப்பால் கொம்பனியின் பெயருக்கு விழுந்த பெரிய அடியாகியும் போய்விட்டது.

அதற்கு தான் காரணமாகிப்போனது கதிருக்கு துயர்நிறைந்த மன உளைச்சலைக்கொடுத்தது. காற்றில் அறுந்து அலைந்து விழும் பட்டம் போல சோர்வு அவனைச் சூழ அதிகாரியின் முதலாம் தளத்திலிருந்த அறையிலிருந்து வெளியேறி படிகளால் இறங்கி கீழே வந்துகொண்டிந்தான். சோர்ந்துபோன அவனது ஒரு கால் இரண்டாம் தளத்தின் இரும்பு படிகளின் இடைவெளிக்குள் அகப்பட்டுக்கொள்ள அது தோலை உரித்துவிட்டது. காலின் எரிச்சல் தலைக்கேறிக்கொண்டிருந்தது.

மனம் இனம்புரியாத விடுதலையை நாடி நின்றது. காற்றில் பறப்பதற்கும் அலைகளில் உந்தி ஓடுவதற்கும் அவனுக்கு புதிய கால்கள் தேவையாக இருந்தன. அவனுக்குள் ஏதோவொரு பேரிழப்பு நிந்தித்தவண்ணமிருந்தது.

சோப்புத்துகள்களின் இராசயன கலவையிலுள்ள சோடியம் பொசுபேற்றை சேமித்து வைப்பதற்காக கட்டுப்பாட்டு அறைக்கு வெளியில் உருளை வடிவில் நாற்பது மீட்டர் உயரத்தில் வெள்ளை நிறத்தாங்கியொன்று எழுந்து நிற்கிறது. அந்த தாங்கியில் மாவு போன்ற வெண்ணிற பவுடரை நிரப்புவதற்காக ட்ரக் ஒன்று வாரா வாரம் அங்கு வருவது வழக்கம். பவுடரின் அளவை கணக்கிட்டுக் காட்டுவதற்காக சென்சர் கருவியொன்று மேலே பொருத்தப்பட்டிருந்தாலும் ஒரு

முறை அது வேலைசெய்யவில்லை என்பதற்காக அவன் மேலே ஏறியிருக்கிறான்.

இன்று ஏனோ அந்த தாங்கியின் உச்சிக்கு ஏறிவிடவேண்டும் என்று எண்ணினான் கதிர். மிச்சேலின் மரணத்தின் பிறகு மலை ஏறுவதை நிறுத்தியிருந்தவனுக்கு இப்போது ஏனோ ஒன்று உந்தியது.

தலைக்கு மேல் எறித்துக்கொண்டிருந்த வெயிலையும் பொருட்படுத்தாது தாங்கியை சுற்றி வளைந்து வளைந்து ஏறும் இரும்புப்படிகளால் அதன் உச்சியை ஒரு வெறியுடன் ஏறிக் கடந்தான்.

உச்சியை அடைந்திருந்தபோது வேர்வையில் அவனது நீல நிற மேலங்கி தொப்பலாக நனைந்திருந்தது. ஆனால் அடுத்த கணமே உச்சத்தில் வீசிய காற்று அதை காயப் போடத் தொடங்கியது.

மலைகளின் உச்சியில் ஏற்படும் பேரமைதி இந்த தாங்கியின் உச்சத்திலும் அவனுக்கு கிடைத்தது வியப்பைத்தந்தது.

மேலிருந்து பார்க்கையில் எல்லாமே சிறிதாகி, சின்ன மனிதர்களும் அவர்களின் சிறுமைகளும், சிறுத்துப்போய் ஒரு புத்துணர்வால் மனம் நிரம்பியது.

இந்தப் பரந்து விரிந்த காட்சிக்கு முன்னால் அனைத்துமே தூசிக்கு சமமென்று பட்டது.

அண்ணார்ந்து வானப் பெருவெளியைப் பார்த்தான். இந்தப் பரந்த நீண்ட வெளியின் ஒரு துகள்தான் பூமி என்றால் அதில் இந்த மானிடன் எவ்வளவு சிறியவன்?

'த்தூ.....'

அவன் துப்பல் காற்றில் அள்ளுண்டு பறந்து மறைந்தது.

அடர்த்தியான புகையை வெளித்தள்ளியபடி ஆலையின் புகைபோக்கியொன்று புகையும் சிகரட்டை நிமிர்த்தி வைத்தாற்போல அழகாக தெரிகிறது. வெண்புகையின் அழகைப்பார்த்துக் கொண்டிருந்தவன் காற்சட்டை பைக்குள் கையை விட்டு மொபைலை வெளியே எடுத்தான். மிச்செல் அனுப்பிய குறுஞ் செய்தியொன்றின் ஞாபகம் வரவே மீண்டும் அதனை தட்டிப்பார்க்கிறான்.

'இன்னும் மலை ஏறுகிறாயா? இப்போது என்னால் உயரம் எற முடியாது. களைப்பு அதிகமாகிவிட்டது. எனக்காகவும் சேர்த்து நீ மலை ஏறு கதிர். மலையின் உச்சியில் உற்சாகம் மட்டுமே உன் மனதை எப்போதும் நிரப்பும்'

மிச்சல் சாவதற்கு முன்பு அனுப்பிய குறுஞ்செய்தி அப்படியே கிடந்தது.

தனது பதில் எங்கும் போய்ச்சேராது என்று தெரிந்தும் ஒரு பைத்தியக்காரனைப் போல பதிலை டைப் பண்ணினான் கதிர்.

'இப்போதும் உயரத்தில்தான் நிற்கிறேன். ஆனால் உனது உயரத்தை என்னால் எட்ட முடியாது மிச்செல்' — என்று பதில் அனுப்பிவிட்டு —

'தாங்க் யூ மிச்செல்' — என்று அங்கிருந்து உரத்துக் கத்தினான்.

அந்த ஆலையின் அனைத்து இயந்திரங்களின் இரைச்சல்களையும் மீறி அவனின் அந்த கூச்சல் காற்றில் ஊடுருவிக்கலந்தது.

(அம்ருதா – ஆகஸ்ட் 2019)

பொதுச்சுடர்

தெய்வீகன்

விமானம் தரைதட்டியபோது உயிர்நாடியில் அலாரம் சொட்டியது. காலம் என்னை புதியதோர் நிலத்தில் பிரசவித்தது.

விமான நிலையங்களில் ஒருவன் கழுத்தில் இரண்டு தலைகளோடு வந்திறங்கினால்கூட புதினமில்லை. கடவுச்சீட்டிற்குள் இரண்டு தலைகளிருந்தால்தான் அதகளப்படுவார்கள். இங்கு எல்லோருமே கடவுச்சீட்டுகள்தான். தடித்த இரண்டு அட்டைகளாலான அந்த சிறிய புத்தகத்துக்குத்தான் மரியாதை. இலங்கையிலிருந்து ஏறும் போதும் சரி, மலேசியாவில் மாறும் போதும்சரி, இப்போதும்கூட மானிடத்தின் இந்த அட்டை வாழ்வு எவ்வளவு அஜீரணமானது என்பதை எண்ணியபடியே நடந்தேன்.

எனக்கு முன்னும் பின்னுமாக தடித்த கடவுச்சீட்டுக்கள் வேகமாக ஓடியபடியிருந்தன. என்னை முந்திக்கொண்டும் இடித்துத் தள்ளிக்கொண்டும் சில கடவுச்சீட்டுக்கள் பறந்தன. அவர்களது கைகளிலுள்ள தள்ளுவண்டிகள் குட்டி விமானங்கள் போல சிலிக்கான் தரையில் வழுக்கியபடி சென்றன.

நான் பரபரக்கவில்லை. பத்தோடு பதினொன்றாக முட்டி மோதிக்கொள்ளவும் விரும்பவில்லை. எல்லாத் திசைகளிலும் பார்த்துவிட்டு, என்னைப்போல அவசரப்படாத அப்பாவிகள் நின்றுகொண்டிருந்த வரிசையில் ஒருவனாகப் போய் சேர்ந்து கொண்டேன்.

எனது தோளில் ஒற்றைப்பை. தள்ளிவந்த வண்டிலில் ஒரேஒரு உடுப்புப்பெட்டி. அவ்வளவுதான். அதிக சோதனைகள் இல்லை. நாய்கூட என்னைக் கணக்கெடுக்கவில்லை.

வெளியில் வந்து 'மெல்பேர்ன் வரவேற்கிறது' என்ற மின்மினிப்பலகையை பார்ப்பதற்கு முன்னரே, தயானி பெருங்கூட்டத்துக்குள் நின்று என் பெயர் சொல்லிக்கூவினாள். அவளைப்பார்த்தபடி வேகமாக நடக்கத்தொடங்கியதில் முன்னே சென்றுகொண்டிருந்தவரின் கால்களில் வண்டிலால் இடித்து விட்டேன். ஆஸ்திரேலிய மண்ணில் எனது முதலாவது

வன்முறைச்சம்பவம் இனிதே நடந்தேறியது. உடனடியாவே மன்னிப்பைக்கேட்டு சிரித்து சமன்செய்தேன்.

தயானி கையில் பூங்கொத்தோடு சிரித்தபடி ஓடிவந்து அணைத்துக்கொண்டாள். திருமணமான பதினொரு மாதங்களில் ஒரு சுற்றுப்பெருந்திருந்தாள். அணைத்து முடியும்வரைக்கும் தயானியின் அப்பா வைத்தீஸ்வரன் சிரித்தபடி காத்திருந்தார். இன்னும் நால்வரும்கூட அவருடன் சிரித்துக்கொண்டே நின்றார்கள். அவர்கள் ஒவ்வொருவருக்கும் சிரம் தாழ்த்தி, கைகொடுத்து 'ஹலோ' சொன்ன பிறகு, தயானி அவர்களை அறிமுகம் செய்துவைத்தாள். அனைவரும் அவளது நெருங்கிய உறவினர்கள் என்பதுதான் பெருமகிழ்வின் சாராம்சம்.

வைத்தீஸ்வரன் தனது அகன்ற அதிகாரம் நிறைந்த தொப்பையோடு கார் தரிப்பிடத்தை நோக்கி முன்னே நடந்தார். எல்லோரும் அவரைத்தொடர்ந்தோம். தயானி என் கைகளை விடவில்லை. எனது ஒற்றைப்பையையும் உடுப்புப்பெட்டியையும் தூக்கிக்கொண்டும் தள்ளிக்கொண்டும் அவளது உறவினர்கள் பின்னால் வந்துகொண்டிருந்தார்கள். அது எனக்கு சற்றுச் சிரமமாக இருந்தது. ஆனால், தயானி என்னை தகப்பனுக்கு பின்னால் இழுத்துச்சென்றுகொண்டிருந்ததால் திரும்பிப்பார்க்கவும் முடியவில்லை. அவளது உடல் முழுவதும் பிரகாசித்திருந்த குதூகலம் விரல்களில் சுடர்விட்டபடியிருந்தது.

புத்தம் புதிய டொயாட்டா 'க்ளுகர்' வாளிப்பான அதிவேக நெடுஞ்சாலையில் சத்தமின்றிப் பறந்துகொண்டிருந்தது. மெல்பேர்ன் 'டலமறீன்' விமானநிலையத்தில் வெளிநாட்டு விமானங்கள் வந்திறங்கும் பகல்நேரப்பொழுதென்ற காரணத்தினால், விடுமுறை நாளென்ற போதும் சீரான போக்குவரத்து வீதியில் தெரிந்தது.

எனது பெட்டியை தள்ளிக்கொண்டுவந்த தயானியின் உறவினர் இப்போது வண்டியை ஓட்டிக்கொண்டிருந்தார். தயானியின் அப்பா அருகிலிருந்தார். மீதி மூவரும் எங்களுக்கு முன்பாக இருந்தார்கள். நானும் தயானியும் வாகனத்தின் ஆகப்பின்னாலிருந்த இருக்கையில் சொகுசாக சரிந்திருந்தோம். வாகனத்தின் நடுவிலிருந்த சிறிய கண்ணாடியில் கட்டித்தொங்கவிடப்பட்ட மஞ்சள்நிற பிள்ளையார் எல்லோரையும் பார்த்தபடியிருந்தார். அவருக்கு கீழிருந்த தொடுதிரை வானொலிக்கு சற்று மேலாக காணப்பட்ட பகுதி திருநீறு — சந்தனம் — குங்குமம் அனைத்தும் குழைத்து பூசி மெழுகப்பட்டிருந்தது.

அப்போது, பிள்ளையார் உட்பட அனைவரும் அடை

காத்துக்கொண்டிருந்த அமைதியை கிழித்தபடி உரையாடல் தொடங்கியது.

'செக்கிங் ஒண்டும் இல்லைத்தானே' — இது வைத்தீஸ்வரன்.

'பாஸ்போட்டை பாத்திட்டு ஏதாவது முறைச்சவனோ' — இது இன்னொரு உறவினர்.

'நீர் அவங்கள பாத்து முறைச்சனீரோ' — இது எனது பையை தூக்கிக்கொண்டு வந்தவர்.

'ஹி ஹி ஹி' — இது அவரோடு வந்த இன்னொரு உறவினர்.

'பகல் நேரம், அவ்வளவு சிக்கல் இருந்திருக்காது — அப்படித்தானே' என்று ஆசனத்துக்கு மேல் விளிம்பினால் தலையை எறிந்து அடுத்த கேள்வியையும் கேட்டுமுடித்தனர்.

நான் தயானியைப் பார்த்தேன். அவள் விரல்களால் மெல்லிதாக சொறிந்தாள்.

'சீ.....ஓம்...' — என்றபடி இரண்டும் குழைந்த பதிலோடு உதடுகளையும் ஈரப்படுத்திக்கொண்டேன்.

கடைசியாக கேள்விகேட்டவர் முன்னுக்கு திரும்பும் வரைக்கும் நான் அவரைப் பார்த்துச் சிரித்தது, அவருக்கு திருப்தியாக இருந்திருக்கவேணும். முகத்தில் நல்ல புளுகம் தெரிந்தது.

'இவன் றோயிண்ட மருமகன் வரேக்க, அவனை அரை மணித்தியாலம் மறிச்சு விசாரிச்சவங்களாம் என்ன'

'யார் ஜெனீட்டாண்ட மருகன்....?'

'பின்ன....'

'அந்தப்பெடியனும் இயக்கமோ அண்ணே ?'

'டேய், அவனும் கடைசிநேரத்தோடதானே வெளியில வந்தவன்'

'என்ன சொல்லுறியள்....?'

'பின்ன....'

நான் நினைத்ததுபோலவே கதை சுழன்றடித்து மீண்டும் என்னிடம் வந்தது.

'உமக்கு தெரியுமே, ரெஜியெண்டு.... இயக்கப்பெயர் என்னெண்டு தெரியேல்ல....நல்ல வளர்த்தி....சிவலை....'

முதல் பின்னுக்கு திரும்பிய அவரேதான் இப்போதும்.

கேள்வி முடியும் முதலே நான், 'தெரியவில்லை' — என்று உதட்டை பிதுக்கியது அவருக்கு சுத்தமாக திருப்தியில்லை. முகத்தில் வாட்டம் தெரிந்தது.

வைத்தீஸ்வரன் இயன்றளவு இந்தக்கதைகளில் ஈடுபடாமல் தெருவைப்பார்த்தபடியிருந்தார்.

நெடுஞ்சாலை முடிந்து சிறுவீதி வழியாக வாகனம் வேகத்தை குறைத்து ஓடியபடியிருந்தது. ஒளிமரங்களுக்கு அடியில் அவ்வப்போது வரிசையில் நின்றது. அருகில் போகும் வாகனங்களில் பார்வையை படரவிட்டேன். உள்ளே அடர்ந்திருந்த அழுத்ததிற்கு வெளிக்காட்சிகள் வசதியாக இருந்தது.

எவ்வளவுதூரம் கடந்துபோனாலும் ஆச்சரியங்களை ஒழித்து வைத்திருக்கும் பெருந்தெருக்கள், பெய்த மழை போதுமென்று ஓங்கிநிற்கும் நெடுமரங்கள், கத்தரித்துவிட்டது போல் தார்சாலை ஓரங்கள், பிள்ளையார் எறும்புகள்போல வரிசையிலோடும் கறுப்பு கார்கள். எதைப்பார்த்தாலும் அழகாகவே தெரிந்தது.

அப்போது, அருகில் வந்து நின்ற வாகனத்தின் முன் இருக்கையில் சடைத்த நாயொன்று வெளியில் தலையை நீட்டி என்னைப்பார்த்தது. அதன் தொங்கிய சிவப்பு நாக்கு ஆடியபடியிருந்தது. பளபளக்கும் வெள்ளைமுடி வெயிலில் மினுங்கியது. கண்களில் தவழ்ந்த சுதந்திரமும் தனது எஜமானிற்கு அருகிலிருந்து வருகின்ற குதூகலமும் தன் வாழ்வில் பெற்றுக்கொண்ட பெரும்பேறுபோல அதன் கண்களில் ஒளிர்ந்தது.

என்னை புதியதொரு நிலம் தாங்கி ஓடிக்கொண்டிருந்தது.

ஆறு அறைகளுடன் சடைத்திருந்த மாடி வீடு, நான் பறந்துவந்த விமானமே தரித்து நிற்பதுபோல உணர்வைத் தந்தது. போய் இறங்கியவுடன் வாசலில் இருந்தே பயங்கர வரவேற்பு. என்னை பார்ப்பதற்கு யார் யாரோவெல்லாம் வந்திருந்தார்கள். உள்ளே சென்றவுடன் கை தந்தார்கள்.

'களைத்திருப்பீர் என்ன' — என்று கேட்டபடி கட்டியணைத்தார்கள்.

'அம்மா, அவரைக்கூட்டிக்கொண்டு போவன், குளிச்சிட்டு சாப்பிடுவம்' — என்று தயானியின் தயார் சொல்வதற்கும் அங்கிருந்தவர்கள் அதனை ஆமோதிப்பதற்கும் போயிறங்கி கிட்டத்தட்ட இரண்டு மணிநேரமாகியிருந்தது.

அன்று மாலையே இன்னும் பலர் வரிசைகட்டி வரத்தொடங்கினார்கள்.

'இப்பதான் வந்தவர்' — என்று தொப்பையை வருடிக்கொண்டு வாசலில் இருந்து ஒவ்வொருத்தவராக அழைத்துவந்த வைத்தீஸ்வரன், பெருமையோடு என்னை அறிமுகம் செய்துவைத்தார். நேரம் போகப்போக ஒரு கட்டத்தில், எனக்கு எல்லோர் முகங்களும் ஒரே மாதிரியாகவே தெரிந்தன. முதலில் வந்தவர்களே திரும்ப வருவது போலவுமிருந்தது.

கிட்டத்தட்ட இரவு ஏழு மணிக்கு வந்த வைத்தீஸ்வரனின் சகவயது சொல்லக்கூடிய வயதானவர்தான் அந்தக்கேள்வியைக் கேட்டார்.

'அப்ப, நீங்கள் இம்ரான் பாண்டியன் படையணியோ....' — என்று இழுத்தார்.

அதுவரைக்குமானவர்களின் வருகையும் எனக்கான அறிமுகங்களும் அணைப்புக்களும் எனக்குள் குமிழ்களாக எழுப்பியபடியிருந்த மொத்த சந்தேகத்துக்கும் விடை போல அந்த கேள்வி அவர் வாயால் வந்து விழுந்தது. கேள்வியோடு என்மீது எய்த அவரது பார்வை எனது கண்களிலேயே குந்தியிருந்தது. போர் நினைவுச்சின்னம்போல உணர்வற்றுக்கிடந்த என்மீது, அவர் மிகுந்த உணர்ச்சியோடு பதிலைத்தேடியபடியிருந்தார்.

அந்தக்கேள்வியும் அந்தப்பார்வையும் எவ்வளவு ஏமாற்றத்தை — இயலாமையை — தோல்வியை — எரிச்சலை — ஆத்திரத்தை என்னுள் ஏற்படுத்தும் என்பதில் அவருக்கு எந்தக்கரிசனையும் தெரியவில்லை. எனக்குள் நெடுநாள் காயமொன்றின் காய்ந்த விளிம்புகள் திடீரென்று வெடித்தது போலிருந்தது.

'இல்லை, நான் வேற...' — என்று உதடுகள் தானாக ஏதோ ஒரு பதிலை பிதுக்கி விழுத்தியது.

இரவுணவு ஆயத்தமானது. அதற்குப்பிறகும் கூட்டம் கலைய இரண்டு மணி நேரமானது.

தூக்கம் விழிகளைச் சரித்து விழுத்தியபடியிருந்தது. மெல்பேர்னில் விமானம் வந்து தரைதட்டும்போதிருந்த வெறுமை அகன்று, மீண்டும் பார உணர்வுபோல மனது கனத்தது. வந்துபோனவர் கேட்ட கேள்வி நெஞ்சை துளையிடுவது போல அந்தரமாயிருந்தது. ஆனால், களைப்பு அதைவிட அதிகமாயிருந்தது.

படுக்கையில் சாய்ந்ததுதான் தெரியும். நிறைதுயிலில் உறைந்து விட்டேன்.

என் மீது பெரும் பாரமொன்று சரிந்தது போல உணர்ந்தேன். கண்களை மெல்லத்திறந்தபோது நிச்சயமாக அது கனவில்லை எனத்தெரிந்தது. தனது பருத்த மார்பினை என்மீது வைத்தபடி தயானி, என்னை முத்தமிட்டபடியிருந்தாள். காலை வெளிச்சம் ஓரளவுக்கு அறையினுள்ளேயும் படரத்தொடங்கியிருந்தது. பறவையொலிகள் வெளியே கேட்டன. பிசுபிசுத்த உதடுகளால் கழுத்தில் முத்தமிட்டு உரசியபடி முகத்தை வந்தடைந்தாள்.

சிக்கெடுக்காத அவள் கேசம் முகத்தில் விழ, அதனை ஆவேசமாக பின்னுக்கு உதறித்தள்ளினாள். அவளோடு கூடுவது இது புதிதல்ல; அவள் வேகமானவள். அது நான் அறியாததும் அல்ல. ஆனால், இப்படிக்கூடுவதுதான் நவீனமாயிருந்தது. இரவுக்கு மாத்திரமான உறவென்று நான் எப்போதும் எண்ணியிருந்ததை இந்த காலைக்கானதாக தயானி வேகமாக வரைந்தபடியிருந்தாள். இதற்காக அவள் காத்திருந்திருக்கிறாள். காலம் அவள் முதுகிலிருந்து அழுத்தி தள்ளியது; அவள் என்னை மெல்ல மெல்ல விழுங்குவதில் தீவிரமாயிருந்தாள். விமானநிலையத்தில் கண்டதிலும் பார்க்க இப்போது இன்னும் பருத்திருந்தாள். அல்லது நான் சிறுத்திருந்தேன். முத்தமிட்டபடி என்னைச்சரித்து மேலே கொண்டுவந்தாள். அது அவளுக்கு இலகுவாக இருந்தது. நான் திமிறுவது போலிருந்ததை அவள் உணர்ந்திருக்கவேண்டும். அதை ரசித்தாள். அவளது கடைவாய் நீரினால் என் முகம் நனைந்திருந்தது. அவளது வாய் நாற்றம் தொடர்ந்து முகத்திலறைந்தபடியிருந்தது. அவளுக்கு நான் உரிமையானவன்தான். ஆனால், இந்தப்புதுநிலத்தின் முதல்காலை எனக்கு இப்படி விடிந்திருக்க வேண்டியதில்லை. ஆனாலும், எனக்கு வேறு தெரிவிருக்கவில்லை.

இரண்டு வாரங்களாக என்னை பார்ப்பதற்காக தொடர்ந்தும் பலர் வந்துபோனார்கள். வைத்தீஸ்வரனின் மாப்பிள்ளை வந்துவிட்டார் என்ற தகவல் கிட்டத்தட்ட மெல்பேர்ன் முழுவதும் பரவியிருந்தது.

அன்று தயானி வேலைக்குப்போவதற்கு முன்னர், நான் புதிதாக வேலையொன்றில் சேருவதற்கான உதவியை, தனது நண்பியின் கணவரிடம் கேட்டிருந்ததாக சொல்லியிருந்தாள். அவரது அலுவலகத்தில் என்னை காலையிலேயே கொண்டுபோய் இறக்கிவிட்டுப்போயிருந்தாள். நான் மெல்பேர்னுக்கு வந்திறங்கிய நாளிலேயே என்னைப்பற்றி கேள்வியுற்றிருந்த அவர், நான் போய்

இறங்கியதும் இருகரங்களினால் தழுவி உள்ளே அழைத்துச்சென்றார். அவர் சேர்ட்டிலிருந்து வந்த வாசத்தை இதுவரை நுகர்ந்ததே இல்லை. ஓடிக்கலோனைவிடவும் நன்றாக இருந்தது.

கேள்விகளை ஒவ்வொன்றாக அவிழ்க்கத்தொடங்கினார். இறுதிச்சமர் நடைபெற்றுக்கொண்டிருந்த நாட்களில் வன்னியிலிருந்த தனக்கு தெரிந்த முக்கிய புலி உறுப்பினர்களை தொடர்பு கொண்டபோது, தொலைபேசியில் தனக்கு கேட்ட போர்ச் சத்தங்களை பெரிதாக ஒலியெழுப்பி செய்துகாட்டினார். அவை எனக்கு எப்படி கேட்டது என்று கேட்டார். இப்படி பல சந்தேகங்கள் அவருக்கிருந்தன. புலிகளின் பெருந்தளபதிகள் எங்கெங்கெல்லாம் முன்னணி போர் அரண்களை அமைத்திருந்தார்கள் என்று ஒரு ஒற்றையை எடுத்து அதில் ஆள்கூறுகள் குறித்து விளங்கப்படுத்தினார்.

'எல்லாம் இந்தியாவிண்ட வேலை' — என்று அலுத்துக்கொண்டு ஒற்றையில் ஊன்றிக்குத்தினார். கதையினால் கவலையடைந்துபோன அவரது விரல்களுக்கு இடையிலிருந்த பேனா மெதுவாக சரிந்து ஒற்றையில் விழுந்தது.

வெளியில் தீடீரென்று மழையொன்று இறங்கியதும் மெல்பேர்ன் வானிலை பற்றிய சிறு விளக்கம் தந்தார். அதில் அவருக்கு எந்த சந்தேகங்களும் இருக்கவில்லை. அலுவலகத்திற்குள் வெப்பநிலையை சற்று அதிகரித்துவிட்டார். பின்னர், தேனீரை வரவழைத்து தந்தார்.

'பல காலமாக எல்லோரையும் கேட்டுக்கேட்டு அலுத்துப்போன ஒன்றுதான். வேலை கேட்டு வந்த இடத்தில் கேட்கிறன் என்று மனச்சஞ்சலப்படாதேயுங்கோ. பழசுகளை மறக்கிறது கஸ்டம். அதுவும் பல காலமாக ஒரே இடத்தில இருந்தனியள் எண்டளவில, உங்கட பிரச்சினையளை இஞ்ச இருந்துகொண்டு நாங்கள் புரிஞ்சுகொள்ளயில்ல எண்டு நினைக்காதேங்கோ. அங்க இருக்கிற சனத்தைவிட எங்களுக்கு நல்லாவே தெரியும்...' — என்று இழுந்துவந்து —

'அவர் உயிரோடு இருக்கிறாரோ' — என்றார்.

அப்போது அவரது தலைமாத்திரம் கழுத்தைவிட்டு மேசையின் அரைவாசிக்கு எனை நோக்கி வந்திருந்தது. அந்தக்கேள்வியை தான் இரகசியமாகத்தான் கேட்பதாகவும் நான் சொல்லப்போகும் பதிலைக்கூட தான் இரகசியமாகவே பேணப்போவதாகவும் தனது மொத்த சரீரத்தாலும் உத்தரவாதம் தந்தார்.

அப்போது மழை மெதுமெதுவாக குறைந்து வெளித்தாழ்வாரத்தினால் நீர் வடிந்துகொண்டிருந்தது. ஆனால், வெளியில் வானம் கறுத்தே கிடந்தது. திடீரென்று சிறு மின்னல் கீலமொன்று பாளமாக வெளியில் தெரிந்து மறைந்தது.

அவருடனான சந்திப்பை முடித்துக்கொண்டு வெளியே வந்தபோது, ‘ஊபர்’ வாடகைக்கார் ஒன்றைப் பிடித்து ஏற்றிவிட்டார். போய் வருவதாக நான் தலையசைத்தபோது, அவரது கையசைப்பு மிகவும் தளர்ந்திருந்தது.

நேரம் மதியம் தாண்டியிருந்து. பாடசாலை முடிவடைந்த நேர போக்குவரத்து நெரிசலால் பெரும்பாலான வீதிகளில் அமைதியான பயணங்களே சாத்தியமாகவிருந்தன. வாகனங்கள் ஊர்ந்தபடியிருந்தன.

புதுநிலத்தின் முதல் மழைக்காலத்தை ஆச்சரியத்தோடு ரசிக்கத்தொடங்கினேன். கார் கண்ணாடிகளில் விழுந்து உடையும் மழைத்துளிகளும் நான் முன்பு பார்த்த அழகிய மரங்களின் நீராடலும் என் விழிகளில் புதிய ரேகைகளை வரைந்தன.

பாடசாலை சிறுவர்களும் சிறுமிகளும் சிரித்தபடி ஓடிச்சென்று பெற்றோரின் வாகனத்தில் ஏறுவதும் சிலர் தமக்கிடையில் வம்பிழுத்து போலியாக அடித்துக்கொள்வதும் கொஞ்சிக்கொள்வதுமாக வசதியான குறும்புகளோடு வீதியோரங்களில் நின்று கும்மியடிப்பதும் மழையைவிட பரவசத்தை தந்தன. அவர்களது கண்கள் மிகவும் அழகானவை. வண்ணங்கள் நிறைந்த மாபிள்கள்போல அவற்றின் வசீகரம் நான் இதுவரை அறியாத ஒளியால் மிளிர்ந்தன. அந்தக்கண்களுக்கு சிரிக்க தெரிந்திருந்தன. அவர்களது உதடுகள் சிரிக்காத நேரத்திலும் அவர்களது கண்கள் சிரித்தபடியிருந்தன. வெளியில் கண்ட காட்சிகளால் எனக்குள் ஆச்சரியங்கள் பல சுடர்களாய் துள்ளித்துள்ளி எரிந்தன. இறங்கி நின்று நனைந்துவிடலாம் போலிருந்தது.

அன்றிரவு என்னையும் தயானியையும் வைத்தீஸ்வரனின் நண்பர் ஒருவர் விருந்துக்கு அழைத்திருந்தார். வைத்தீஸ்வரனும் மனைவியும் கூடவே வந்திருந்தார்கள். புதிதாக திருமணமானவர்களுக்கான விருந்தென்பதால் எங்களது குடும்பத்துக்கு மாத்திரம் மிக எளிமையாக ஒழுங்கு செய்யப்பட்டிருக்கும் என்றெண்ணினேன். விருந்துக்கு எந்த சேர்ட் போடவேண்டும் என்பதைத்தவிர தயானி எதையும் சொல்லவில்லை.

ஆனால், அங்கு போய் இறங்கியபோது ஐந்தாறு குடும்பங்களை சேர்ந்த இருபது முப்பது பேர் வீடுமுழுவதும் விழாக்கோலம்

பூண்டிருந்தனர். படலைக்கு வெளியே ஏராளம் கார்கள். உள்ளே பலவர்ண பூங்கொடிகள். அவற்றின் மீது ஒளிச்செடிகள்.

வீட்டுக்குள் காலடி எடுத்துவைப்பதற்கு முன்னர் —

'சிலிப்பரை வெளியில கழட்டவா' — என்று தயானியை பார்த்து மெதுவாகத்தான் கேட்டேன்.

அதிர்ந்துபோனாள்.

'அதை 'தொங்க்ஸ்' எண்டு சொல்லிப்பழகுங்கோ...' — என்று என்னை அருகில் இழுத்து செவியினுள் அழுத்திச்சொன்னாள். பிறகு, தனது ஷல்வாரை சரிபார்த்துக்கொண்டு உள்ளே நடந்தாள்.

'தொங்ஸ்...தொங்ஸ்...தொங்ஸ்....' — என்று மனப்பாடம் செய்துகொண்டு உள்ளே நுழைந்த என்னை வழக்கம்போல தனது நண்பர்களிடம் அறிமுகம் செய்யத்தொடங்கினார் வைத்தீஸ்வரன். எல்லோரும் என்னை நேரடியாக பார்த்து உரையாடக்கூடிய ஒரு கதிரையில் அமரச்சொன்னார். எனக்கு அருகிலிருந்த மேசையில் பலவகையான போத்தல்கள். அவற்றுக்கு அருகில் பொரித்த — வறுத்த இறைச்சித்துண்டுகள் கறிவேப்பிலைகளுக்குள் விரவிக்கிடந்தன. அவற்றை அவர்கள் கொறித்துக்கொள்ளாத இடைவெளியில், யாராவது ஒருவரிடம் எனக்கான கேள்வி தயாராக இருந்தது. கேள்விகளுக்கு இப்போது நான் பழக்கப்பட்டிருந்தேன். எதை முதல் கேட்பார்கள், அதைத்தொடர்ந்து எந்தக்கேள்வி முளைக்கும். அது எதில் வந்து முடியும் என்பவற்றையெல்லாம் முழுமையாக தெரிந்திருந்தேன்.

அப்போது அங்கே வந்த தயானி 'ஒருக்கா வாறீங்களா?' — என்றாள். அந்த அழைப்பு எனக்கு பெரும் விடுதலைக்கான ஒலியாக கேட்டது. பாய்ந்து எழுந்து அவள் பின்னால் ஓடினேன்.

வீட்டின் நடுவில் அகலமான மரவேலைப்பாடுகளுடைய கதிரைகளில் ஒருதொகைப் பெண்கள் வட்டமாக புதைந்திருந்தார்கள். அவர்கள் அனைவரும் வெளியிலிருப்பவர்களின் துணையினர் என்பதை ஓரளவுக்கு ஊகிக்கக்கூடியதாயிருந்தது. ஒவ்வொருவரது கையிலும் ஏதோ ஒரு நொறுக்குத்தீனியிருந்தது.

'வாரும் வாரும்-வெல்கம் டு மெல்பேர்ன்' — என்று ஒரு பெண்மணி உதட்டுச்சாயம் வெடிக்க சிரித்தபடி அழைத்தார்.

'உமக்கு வயிற்றிலையா காயம் பட்டது. தயானி சொன்னா, காட்டும் பாப்பம்' — என்று இன்னொரு பெண்மணி சொல்லவும்,

அவர் கேட்டு முடிப்பதற்குள், தயானி எனது சேர்ட்டை முக்கால்வாசியை கழற்றிக்கொண்டிருந்தாள்.

மின்னல் ஊர்ந்ததுபோல எனக்கு உடம்பு ஒருகணம் உதறியது.

நான் இப்போது என்ன செய்வது, தயானி ஏற்கனவே களையத்தொடங்கிய சேர்ட்டை எப்படி தடுப்பது? தடுக்கலாமா? காதுகள் சூடாகின. உதடுகள் இறுகிவிட்டன. எச்சிலை விழுங்க முயற்சித்தபோது அது தொண்டைக்குழியினால் இறங்கவில்லை. தயானி முழுதாகவே சேர்ட்டை கழற்றி கைகளில் வைத்துக்கொண்டு, எனது இடப்பக்க வயிற்றிலிருக்கும் நீண்ட காயத்தை கேள்விகேட்ட பெண்ணுக்கு காண்பித்துக்கொண்டிருந்தாள். அத்தனை பெண்களும் தங்கள் கழுத்துக்களை என் வயிற்றை நோக்கி நீட்டி உற்றுப்பார்த்தார்கள். சிறுவர் — சிறுமிகளும்கூட அங்கே ஓடிவந்தனர். தங்கள் மாபிள் கண்கள் விரிய ஆச்சரியத்தோடு பார்த்தார்கள். போதையிலிருந்த வைத்தீஸ்வரனின் நண்பர்களும் வாய்ப்பைத் தவறவிட விரும்பவில்லை, கோப்பைகளுடன் அங்கு விரைந்துவந்தார்கள்.

நானும் என் காயமும் நட்ட நடுவில் எந்த உணர்ச்சியுமின்றி நின்றுகொண்டிருந்தோம்.

அந்தக்காயம் ஏன் எனக்கு மரணத்தைத் தரவில்லை என்ற கோபம் முதன்முதலாக நெஞ்சில் வெடித்துப்பாய்ந்தது. எப்போது எனது சேர்ட்டை நான் மீண்டும் அணிவது என்றுகூட எனக்கு தெரியவில்லை. என்னை தயானி திரும்பிப்பார்க்கவே இல்லை. நான் அந்த இடத்தில் அரைநிர்வாணமாக நிற்பதற்குத் தகுதியானவன் என்ற பரிபூரண நம்பிக்கையோடு, தாயின் தோழிகளுக்குக் காய விளக்கம் கொடுப்பதில் ஆர்வத்தோடிருந்தாள். காட்சிநேரம் நிறைவடைந்த பிறகு, சேர்ட்டை திருப்பித்தந்தாள்.

அந்தக்காயம் வெடித்து இரத்த அருவியாக கீழ் விழுந்து, சகதிக்குள் நின்றுகொண்டிருப்பதுபோலிருந்தது எனக்கு.

அது என் காயம் மாத்திரமல்ல. ஒரு தேசத்தின் காயம். வலியடங்கியபோதும் நரம்பின் முனைகள் அனைத்திலும் கூடுபற்றாத விளக்குப்போல சுவாலையை கொழுத்திவைத்திருக்கும் காயம். சொல்லப்போனால், இப்போது அது ஒரு அவமானத்தின் தடயம். அந்த துயரத்தின் சாட்சியத்தை என்னையே நான் நிர்வாணமாக்கி நின்று காண்பித்தேன் என்பதை என்னால் நம்பமுடியவில்லை.

யாரிடமும் பகிரமுடியாத பெருவனத் தீயின் வெக்கை என்னுள் படர்ந்து படர்ந்து புகைந்தது. அழுதுவிடலாமா என்று நினைத்தேன். ஆனால், அந்த வீதியோர குழந்தைகளின் சிரிப்பு அப்போது நினைவில் புரையேறியது. அந்த வாழ்வுக்கும் இந்த நிலம் இடம்கொடுக்கும் என்ற நம்பிக்கை, நெஞ்சில் சிறு பிடிப்பைத் தந்தது.

அன்றிரவு தூக்கம் வரவில்லை. இரண்டு காரணங்கள். ஒன்று தயானியின் குறட்டை. இரண்டாவது விருந்தில் நானடைந்த நிர்வாணம். தயானியுடன் சிலதை மனம்விட்டுப்பேசவேண்டும். அவளுடன்தான் பேசவேண்டும். ஆனால், பேசலாமா? எப்போது பேசுவது? அப்படிப்பேசக்கூடியவனாக என்னை அவளும், அவளை நானும் உணர்கிறோமா? குறட்டை ஆரோகணித்துக்கொண்டுபோனது.

பேசிச்செய்கின்ற திருமணத்தில் மாப்பிள்ளைக்கான உரிமைகள் என்ன என்று எந்த தரகரும் பட்டியலிடுவதில்லை. பேசிச்செய்கின்ற வெளிநாட்டு திருமணத்தில் எதை எதையெல்லாம் எப்போது எதிர்பார்க்கலாம் என்றுகூட யாரும் முன்கூட்டியே சொல்லிக்கொடுப்பதில்லை. பேசிச்செய்கின்ற ஒரு முன்னாள் போராளியின் திருமணத்தில் எதைத்தான் உரிமையாக நினைப்பது என்றும் எந்த தரகரும் சொல்லித்தருவதில்லை. இவ்வளவும் ஏன், பேசிச்செய்கின்ற திருமணத்தில் குறட்டையைக்கூட ஒரு பொருட்டாக யாரும் மதிப்பதில்லை.

இந்த வீட்டில் நான் இன்னமும் வைத்தீஸ்வரனின் மருமகனாகவும் தயானி அவர்களது மகளாகவும்தான் இருந்துகொண்டிருக்கிறோமே தவிர, நான் என்றொருவன் எங்கே வசிக்கிறேன் என்பது வரவர எனக்கே சந்தேகம் பூசத்தொடங்கிவிட்டது.

தயானிக்கு என் மீது அன்பில்லை என்றில்லை. ஆனால், அது ஒரு கணவன் மீதான அன்பாக இன்னும் கனியவில்லை. தனது பெற்றோரின் மருமகனுக்கு கொடுக்கும் மதிப்பாக மாத்திரமே என்னில் படர்ந்திருக்கிறது. கட்டில் மாத்திரம் அவளுக்குள் திடீர் விபத்துக்கள் போல என்னை கணவனாக காட்டிக்கொடுத்துவிடுகிறது.

வந்தும் வராததுமாக எதிர்பார்ப்புக்களையும் குழப்பங்களையும் நான் அதிகம் மனதில் அடுக்கிக்கொள்வதாக எனக்குப் பட்டது. டொய்லெட்டுக்கு போய்வந்து தூங்கிவிடலாம் போலிருந்தது. ‘அது டொய்லெட் இல்லை, வோஷ்ரூம்’ — என்று தயானி இரண்டுநாட்களுக்கு முன்னர் அழுத்திச்சொன்னது ‘சுளீர்’ என்று நினைவில் வந்து விழுந்தது. ‘வோஷ் ரூம்...வோஷ் ரூம்....வோஷ்

ரும்.....’ — என்று மனதுக்குள் சொல்லியபடி புரண்டுபடுத்து நித்திரையாகிவிட்டேன்.

வெளியே எட்டிப்பார்த்தேன். மண்டபத்திற்கு வெளியே நீண்ட வரிசையில் ஆட்கள் நின்றுகொண்டிருக்கிறார்கள். உள்ளே தனித்தனி கண்ணாடிப்பெட்டிகளுக்குள் இருபது முப்பதுபேர் நாங்கள் நின்றுகொண்டிருந்தோம். பெட்டிகளுக்குள் நிற்பவர்கள் எல்லோரும் என்னைப்போலவே உள்ளாடைகள் மாத்திரம் அணிந்திருக்கிறார்கள். வரிசையில் மண்டபத்திற்குள் வருகின்றவர்கள் ஒவ்வொரு பெட்டிக்கு முன்பாகவும் நின்று எங்களை உற்றுப்பார்க்கிறார்கள். மண்டபத்துக்குள் வருபவர்களுக்கான வரிசையை, எனக்கு வேலை தருவதற்கென்று அழைத்துப்பேசியவர்தான் ஒழுங்கு செய்துகொண்டிருக்கிறார். எங்களை பார்ப்பவர்கள் தங்களுக்குள் ஏதோ பேசுகிறார்கள். எனக்கு அருகிலிருந்த பெட்டியில் நின்றுகொண்டிருந்த பெண்போராளிக்கு முன்பாக வரிசை நகராமல் நின்றுவிடுகிறது. அவளது வலது தொடையில் கிழிந்திருக்கும் நீண்ட காயத்தழும்பை வரிசையில் வந்தவர்கள் எல்லோரும் புருவத்தை சுருக்கிப்பார்க்கிறார்கள். குனிந்துகொள்ள இயலாத இறுக்கமான அந்தக்கண்ணாடிப்பெட்டிக்குள் அவள் தன் உடலை மறைத்துக்கொள்ளமுடியாமல் ஒரு புழுபோல நெளிகிறாள்.

அப்போது குரல்வளை அறுக்கப்பட்ட பலமான மிருகமொன்றின் கடைசியொலி போல பெருஞ்சத்தமொன்று மண்டபத்தின் எல்லா சுவர்களிலும் மோதித்தெறிக்கிறது.

வரிசையில் நகர்ந்துகொண்டிருந்தவர்கள் அனைவரும் ஒருகணம் அச்சத்தில் உடல் அதிர்கிறார்கள்.

எனக்கு மிகத்தொலைவிலுள்ள பெட்டியில் நின்று கொண்டிருந்தவன் கண்ணாடியில் தனது தலையினால் அடித்து அடித்து குழறுகிறான். அவன் எழுப்பிய சத்தத்தினால் கண்ணாடிப்பெட்டியில் உட்பக்கமாக புகார் படர்ந்திருக்கிறது. அவன் தன் உள்ளாடையுடன் சிறுநீர் கழித்துவிட்டிருந்தான். ஆட்கள் அதிகம் உள்ளே வந்துகொண்டிருப்பதால் பெட்டியை இப்போதைக்கு திறக்கமுடியாது என்று சொல்லியிருக்கிறார்கள். அவனது சத்தம் தொடர்ந்து மண்டபத்தை நிறைத்து அதிர்ந்துகொண்டிருக்கிறது. வரிசையில் நின்றவர்கள் அனைவரும் அவனை தங்கள் தொலைபேசியினால் படம்பிடிக்கிறார்கள்.

அப்போது நான் பலம்திரட்டி இடித்த எனது கண்ணாடிப்பெட்டி என்னோடு சேர்ந்து நிலத்தில் சரிந்து தெறிக்கிறது. குழறித்துடித்தவனின்

கண்ணாடிப்பெட்டியை நோக்கி நான் ஓடுகிறேன். வரிசையில் நின்றவர்கள் அனைவரும் சிதறியோடுகிறார்கள்.

நெற்றிவெடித்து வழிந்த இரத்த வாசம் எனக்குள் பரவி தலைசுற்றுகிறது. வாந்தியெடுப்பதற்கு துள்ளியெழுகிறேன்.

வேகமாக மூச்சு வாங்கியபடியிருந்தது. உடல் வியர்த்திருந்தது.

தயானியின் குறட்டையொலி சீராகக்கேட்டுக்கொண்டிருந்தது.

டொய்லெட்டுக்கு போய்வந்து படுத்தேன்.

காலையில் தயானி வழக்கம்போல வேலைக்கு சென்றிருந்தாள். வைத்தீஸ்வரனும் மனைவியும் வேறேதோ வேலைக்காக வெளியில் போயிருந்தார்கள். இறால் போட்ட முருங்கைக்காய் குழம்பும் கத்தரிக்காய் பால்கறியும் குசினியிலிருப்பதாக தயானியின் அம்மா சொல்லிவிட்டுப்போயிருந்தார்.

முதல்நாள் கனவு காலையில் ஞாபகம் வரவில்லை. ஆனால், மனம் ஏதோவொரு பாரத்தை உணர்ந்தபடியிருந்தது. எல்லோரும் வெளியில் சென்றபிறகு நினைவிலிருந்து மேலெழுந்துவந்த இரவின் துண்டங்கள், கரிய மகரந்தங்களாக கண்முன்னால் கனவை வரைந்து காட்டியது. மனசுக்கு வெளிச்சம் தேவைப்படுவது போலிருந்தது. வீட்டுப்பூந்தோட்டத்திற்குள் நடக்கப்போனேன்.

சிவப்பு மஞ்சள் நிற மணிப்பூக்கள் நிறைந்த சாடிகள் வரிசையாக வைக்கப்பட்டு, பாத்தி வெட்டிப்பிரித்த தோட்டத்தின் விளிம்புகள் நேர்த்தியாக கட்டப்பட்டிருந்தன. அரிந்துவெட்டப்பட்ட புற்கள் அழகாக பதிக்கப்பட்டு, நடுவில் பெண்ணொருத்தி சரிந்த பானையை இடுப்பில் இருத்தியபடி சிறப்பான சிற்பமாக நின்றுகொண்டிருந்தாள். அந்தப்பானைக்குள் நுழைத்துவிடப்பட்டிருந்த குழாயினால் நீர் பாய்ந்து, சிற்பத்துக்கு கீழிருந்த வட்டத்தொட்டிக்குள் விழுந்துகொண்டிருந்தது. பார்த்த இடங்களில் எல்லாம் பெயர் தெரியாத வண்ண வண்ண பூக்கள் காற்றுக்கு குனிந்து நிமிர்ந்தபடியிருந்தன. 'மணிப்பிளாண்ட' போல பசுமையான மரங்கள் வீட்டிற்கு பக்கத்து வேலியோரமாக வரிசையாக வளர்ந்திருந்தன. அதனைத்தொடர்ந்து வீட்டின் பின்புறம்வரைக்கும் சென்றபோதுதான், அடிவளவில் சடைத்திருந்த கற்பூரவள்ளி கண்களில் பட்டது. அருகில் போவதற்கு முன்னரே அந்த வாசம் நினைவிலே ஓங்கி அறைந்தது. இரண்டு இலைகளை உடைத்தேன். அதேவாசம்! காடுகளில் கண்டால் பாய்ந்து சென்று முறித்து கைகளில் பிழிந்து தேய்த்துக்கொள்ளும் அதேவாசம்! முகத்தை

அருகில் கொண்டுசெல்வதற்கு முன்னரே, வாசம் இதயம்வரை சென்று உடலெங்கும் பரவியது.

எனது நேசத்துக்குரியவற்றையும் இந்த மண் தன்மீது எங்கேயோ ஒளித்து வைத்துக்கொண்டுதானிருக்கிறது என்பதை எண்ணியபோது மனதில் ஒரு நிறைவு பிரவாகித்தது.

அடுத்தநாள் பத்து பத்தரை மணி முதல் வீடு ஒரே சத்தமாக இருந்தது. எங்களது அறையில் கொம்ப்யூட்டரில் நான் ட்ரைவிங் சோதனைக்காக படித்துக்கொண்டிருந்தேன்.

நடைபெறவிருந்த மாவீரர் தின நிகழ்வுகளில் வருடா வருடம் பொதுச்சுடரேற்றும் பொறுப்பிலிருந்து வைத்தீஸ்வரன் விலக்கப்பட்டிருப்பதாக தொலைபேசியில் தகவல் வந்திருந்தது. முன்னறையில் சேகுவரா படத்துக்கு கீழிருந்த தொலைபேசி ஒலித்தபடியேயிருந்தது. வைத்தீஸ்வரன் தனது அறைக்குள் போவதும் வருவதுமாக அலைக்கழிந்தபடியிருந்தார்.

ஆஸ்திரேலிய தமிழ் தேசியக்கழகங்களின் சம்மேளன பொறுப்பாளர் இராவணனோடு தொடர்ச்சியாகத் தொடர்பெடுத்து கேட்டதில், விடுதலைப்புலிகளின் தலைவர் இறுதிப்போரில் இறந்துவிட்டதாக நான் சொன்ன தகவல், மாவீரர்நாள் நிகழ்வு ஏற்பாட்டுக்குழுவின் காதுகளுக்கு பெருஞ்சாட்சியமாக சென்றடைந்ததுதான் வைத்தீஸ்வரனை சடங்கிலிருந்து நீக்கியதற்கு காரணமாக கூறப்பட்டது.

விட்டு விட்டுக்கேட்ட தகவல்கள் அனைத்தையும் தொகுத்துக்கொண்டதில் சிக்கலின் முழுவடிவம் எனக்கு புரிந்துவிட்டது.

தயானியை வேலையிலிருந்து வேளைக்கு வரும்படி வைத்தீஸ்வரன் அழைத்திருந்தார். சாப்பிடாமலேயே வயிற்றைத் தடவியபடி முன்னறையில் காத்திருந்தார். தயானியின் கார்ச் சத்தம் கேட்டவுடன் ஓடிச்சென்று கதவை திறந்தார். வாசலில் மகளோடு பேசிய இரகசியம் மேல்வீட்டிலிருந்த எனக்கு அவரது குரலின் வழக்கமான ஏற்ற இறக்கங்களோடு நன்றாகவே கேட்டது.

தயானி அழைப்பதற்கு முதலே நான் கீழே சென்றேன். விருந்தினர்கள் வந்தால் வரவேற்று இருத்துகின்ற படகுபோன்ற கதிரையின் நுனியில் இருந்துகொண்டு என்னையும் தயானியையும் எதிரே அமரும்படி சைகை செய்தார் வைத்தீஸ்வரன். தண்ணீர் கொண்டுவருமாறு மனுசிக்கு உத்தரவிட்ட பின்னர் இப்படி தொடங்கினார்.

‘தம்பி, நாங்கள் இந்த நாட்டில மரியாதையோடு வாழுற குடும்பம். எங்கட குடும்பத்துக்கென்று ஒரு பெயர்....கௌரவம்.... இருக்கு. போராட்டமும் சொந்த மக்களிண்ட வாழ்க்கையும் எங்கட இரத்தத்தில் கலந்தது. தயானி சொன்னவவோ தெரியேல்ல. தயானியிண்ட அம்மாண்ட மச்சான் நாட்டுப்பற்றாளராக வீரமரணமானவர். இப்படி போராட்டத்துக்காக நாங்கள் இழந்தது கொஞ்ச நஞ்சமில்ல.

‘போராட்டத்தைப்பற்றி ஒரு சொல்லு கொச்சையா கதைக்கத்தெரியாத குடும்பம் இது தம்பி’

தயானியையும் தண்ணியோடு வந்த மனுசியையும் ஒரு தடவை திரும்பி பார்த்துவிட்டு தொடர்ந்தார் —

‘அதுக்காக நீங்கள் செய்த தியாகத்தையும் பட்ட துன்பத்தையும் நான் குறைச்சு சொல்லயில்ல.

‘நீங்கள் அண்டைக்கு வேலை கேட்கப்போன இடத்தில, கதைச்ச தேவையில்லாத விசயம், ஏதேதோ மாதிரி கதைபட்டு, இப்ப அது என்ர மடியில வந்து கை வச்சிருக்குது.

‘தயானி நிக்கட்டும், நீங்கள் மாத்திரம் என்னோட வந்து ஒருக்கா நான் சொல்லுறவரிட்ட மன்னிப்பு கேட்டுவிடுங்கோ. மிச்சத்த நான் பாத்துக்கொள்ளுறன்’

மனுசி நீட்டிய தண்ணியை அண்ணாந்து தொண்டையில் ஊற்றினார். ஓரிரு துளிகள் வாயினால் வழிந்து வண்டிவரைக்கும் வளைந்தோடியது.

தயானி என்னை பார்த்தாள். முதல்நாள் அவள் வெட்டச்சொன்ன விரல் நகங்களை வருடியபடி அவளை பார்த்தேன். நான் நகம்வெட்டியதற்கு குறைந்தபட்ச அங்கீகாரமாவது அவளது கண்களில் தெரியும் என்று தேடினேன். பிரம்புபோலிருந்தது அவள் பார்வை.

ஒரு உலேகப்பறவை போல எனதுடல் அசையாமலிருந்தது. ஒரு கடவுச்சீட்டும் திருமணமும் எனக்குள் பரிபாலித்த வாழ்வு உள்ளே சுவாசிப்பது எனக்கு மாத்திரம் கேட்டது.

போர்நிலத்தில் ஓய்வெடுக்கும் துப்பாக்கியின் மீது அமர்ந்து இறகுலர்த்தி தங்களை அழகுபார்த்த பறவைகள் இவர்கள். தூரத்தில் வேட்டொலி கேட்டாலே பறந்துவிடும் சாவின் பயம் நிறைந்த சம்பிரதாயக்குருவிகள். இன்று இவர்கள்

ஒய்வெடுப்பதற்கு துப்பாக்கிகள் இல்லை. துப்பாக்கிகளை சுமந்தவர்களின் மீதமர்ந்து குரல் எழுப்பி குதூகலிக்கிறார்கள். அது துப்பாக்கிச்சத்தமாகவே எதிரொலிக்கும் என்று தங்கள் குரல்வளைகளில் ஒப்பனையிட்டுப்பார்க்கிறார்கள்.

நிலமெங்கும் கந்தக விதைகளை தூவிய போரின் ஒப்பாரியைவிட இவர்களின் சிரிப்பொலிகள் பதறவைக்கின்றன.

'டொயாட்டா க்ளுகர்' மெதுவாக சென்றுகொண்டிருந்தது. நான் வைத்தீஸ்வரனின் பக்கத்திலிருந்தேன். காருக்குள்ளேயும் தொடர்ந்து தொலைபேசி அழைப்புக்கள் அவருக்கு வந்துகொண்டிருந்தன.

'நான் அவரோட வந்துகொண்டிருக்கிறன் தம்பி, வாறன்...வாறன்... இன்னும் அரைமணித்தியாலத்தில நான் அங்க நிப்பன்' — என்று தனியான ஒரு அழைப்புக்கு அதிக பணிவோடு பதிலளித்தார்.

பாடசாலை முடிந்தநேரம். வழக்கம்போல போக்குவரத்து நெரிசலாக இருந்தது. வெளியில் பார்த்தேன். பல நூற்றுக்கணக்கான சிறுவர்கள் சிறுமியர்கள் வரிசையில் நின்று என்னைப்பார்த்து கையசைத்தார்கள்; புன்னகைத்தார்கள்; மாபிள் கண்கள் சுருங்க சிரித்தார்கள்.

தொத்து வியாதிகள்

அருண். விஜயராணி

'இப்ப நான் உங்களை ஒஸ்ரேலியாவுக்கு கூப்பிட்டது, ஒவ்வொரு நாளும் மூட்டை மூட்டையாக எனக்கு புத்தி சொல்லவோ...?'

'உந்தக் கண்றாவியளைக் காட்டத்தான் என்னைக் கூப்பிடுகிறாய் என்று தெரிந்திருந்தால் அங்கேயே நின்றிருப்பன்.'

'பின்னப் பயந்து வாழ்ந்திட்டால் சரி... கொஞ்சம் தலையை நிமிர்த்திவிட்டால்... அது கண்றாவி அப்படித்தானே...?'

சுட்டுவிரலை முகத்துக்கு எதிரே நீட்டி புருவத்தை மேலே உயர்த்தி, நிமிர்ந்து நிற்கும் மகளை வியப்புடன் பார்த்தாள் அருளம்மா.

மகளா பேசுகிறாள்...? ஒஸ்ரேலியாவுக்கு வந்து எப்படி மாறிவிட்டாள். உடையில் பேச்சில், உறவாடுவதில்...?

'அம்மா... எனக்கும் மாப்பிள்ளையைப் பிடிச்சிருக்கா... என்று கல்யாணம் முற்றாக்க முன்பு ஒருக்கால் அப்பாவைக் கேட்கச்சொல்லு அம்மா.'

ஒரு காலத்தில் அப்பாவுக்குப்பயந்து பயந்து தாயின் சேலைத்தலைப்பால் தன் முகத்தை மூடிக்கொண்டு காதோரம் கிசு கிசுத்த சுபாஷினி, பயத்தைப்பற்றி இப்போது எப்படி எடுத்தெறிந்து பேசுகிறாள்.

'என்ன பேசாமல் இருக்கிறீங்கள். முன்னர் நாங்கள் அப்பா அம்மாவுக்கு முதலில் பயம். பிறகு ரீச்சருக்குப்பயம்.... பிறகு பக்கத்து வீட்டாருக்குப்பயம்.... பிறகு ஊருக்குப்பயம்.... கடைசியில் புருஷனுக்குப்பயம்.... இப்படிப் பயத்திலேயே பொம்பளையின்ட சீவியம் முடிஞ்சு போகும்...' என்றாள் சுபாஷினி.

'இதையெல்லாம் ஏன் பயம் எண்டு நினைக்கிறாய். மரியாதை எண்டு நினைச்சுப்பார். கட்டுப்பாடென்று நினைச்சுப்பார். அப்பா அம்மாவின்ட சொல்லுக்கு கட்டுப்படேக்கில்ல நல்ல பிள்ளையா வளர்கிறம். ரீச்சருக்கு பயப்படும்போது நன்றாக படிக்கிறாய்... ஊருக்கு கட்டுப்பட்டு நடக்கேக்குள்ள மரியாதையாக வாழப்பழகுகிறாய்....' அருளம்மா நிதானமாகச் சொன்னாள்.

‘நிற்பாட்டம்மா.... இப்படியே கதைச்சு கதைச்சு... உன்னுடைய வாழ்வை நாசமாக்கிப்போட்டாய்... என்னுடைய வாழ்க்கையையும் நாசமாக்கிப்போடாதை.’

‘எந்தத் தாயும் தன்ர மகளின்ர வாழ்க்கை நாசமாகிப்போறதை விரும்ப மாட்டாள் சுபா...’

‘ஆனால், நீ ஆசைப்படுறாய். அதுதான் அந்தக் கஞ்சனோடு சேர்ந்து என்னை வாழச் சொல்லுறாய். போயும் போயும் தேடிப்பிடிச்ச ஒரு கஞ்சனைத்தானே அப்பா எனக்கு கட்டித்தந்தவர் .’ சுபாஷினியின் குரல் உயர்ந்தது.

‘பொத்தடி வாயை.... ஊரில இருக்கேக்குள்ள புருஷன் நல்லவர். ஒஸ்ரேலியாவுக்கு வந்தவுடன் கஞ்சனா மாறிட்டாரோ...?’

‘அங்கே அப்பா குடுத்த சீதன வீட்டுக்கு வாடகையும் கட்டாமல் சம்பளத்தை எடுத்துச் செலவழிக்கேக்குள்ள எப்படி கஞ்சத்தனம் வரும்’

‘அப்படி வா வழிக்கு.... ஊரிலை உன்னை வேலைக்கும் அனுப்பாமல் நல்லாத்தான் வைச்சிருந்தவர். இங்கு வந்து கொஞ்சம் காசை இறுக்குகிறார் எண்டால்... அது தேவையைப் பொறுத்தது எண்டு உனக்கு ஏன் விளங்கேல்லை....’

‘உங்கடை மருகமகனுக்கு விளங்கேல்லை எண்டு சொல்லுங்கோ... அங்க நான் உழைக்கேல்ல.. இங்கை உழைக்கிறன். என்ர விருப்பத்துக்கு ஒரு உடுப்பை வாங்கினால் என்ன... படத்துக்குப்போனால் என்ன...?’

‘உன்னை மாதிரி மருகனும் உழைக்கிறார் என்றிட்டு, ஒவ்வொரு கிழமையும் உடுப்பு வாங்க வெளிக்கிட்டால்... குடும்பத்துச்செலவுக்கு எங்கே கையேந்திறது... எண்டு சொல்லு பார்ப்பம்...’

‘அம்மா... நீ... திருப்பித்திருப்பி எவ்வளவு கதைச்சாலும்... நான் குமரனை டிவோர்ஸ் பண்ணுறது பண்ணுறதுதான்.... சும்மா னொய்... னொய்.. எண்டு வண்டு மாதிரிச்சத்தம் போட்டு என்ர பிள்ளைகளின்ட மனதையும் பழுதாக்கிப்போடாதை...’

அதைக்கேட்க அருளம்மாவுக்குச் சிரிப்பாக வந்தது.

இவர்களுக்குப் பிள்ளைகளைப்பற்றிய எண்ணம் கொஞ்சமாவது இருக்கா...? வெள்ளைக்கார நாட்டுக்கு வந்தவுடன், வெள்ளைக்காரர் மாதிரியெல்லோ நடக்க ஆசைப்படுகினம். பிள்ளைகள் எப்படிப் போனால் என்ன...? அதுகளின்ட மனம் என்னமாதிரி உடைஞ்சால்

என்ன...? என்று. அவள் தன் கணவனிடம் எத்தனை அடி உதைகளை வாங்கியிருப்பாள். அவற்றையெல்லாம் தாங்கிக்கொண்டு, பிள்ளைகளை வளர்த்தபடியால்தானே இன்று ஒரு பொம்பிளையாக அவள் முன்னால் நின்றுகொண்டிருக்கிறாள் மகள் சுபா.

'சுபா... அண்டைக்கு நான் அப்பாவை டிவோர்ஸ் பண்ணியிருந்தால்... நீ இண்டைக்கு மரியாதையாக வாழமாட்டாய்.'

'உனக்கு அப்பாவை டிவோர்ஸ் பண்ணப்பயம். ஆனால், எனக்கு அந்தப்பயம் இல்லை அம்மா....'

'ஆனால்... தற்கொலை செய்யப்பயம் இருக்கேல்லை. உங்களை நினைச்சுத்தான் இந்த சீவியத்தைக்கொண்டு இழுத்தனான் தெரியுமே..'

சொல்லும்போதே அருளம்மாவுக்கு கண்ணீர் பொங்கிக்கொண்டு வந்தது. ஓடிப்போய் தன்னுடைய கட்டிலில் விழுந்தாள்.

படார் என்று கதவு சத்தத்துடன் சாத்துகின்ற ஒலி.

சுபாஷினி வேலைக்குப் போய்விட்டாள்.

பேரப்பிள்ளைகள் ஸ்கூலுக்கு வெளிக்கிட்டுப்போன பின்னர்... அருளம்மாவும் மகளுக்கு எத்தனையோ புத்திமதிகளை சொல்லிப்பார்த்துவிட்டாள்.

ஒவ்வொரு நாளும் இப்படித்தான் பிடிகொடுக்காமல் நழுவிப்போய்விடுகிறாள்.

சும்மாவா நழுவுகிறாள்... அவளது மனதை ஏதாவது ஒன்று சொல்லி... அறைந்து... ரத்தம் சிந்தும்படியாக வைத்துவிட்டுத்தான் நழுவுகிறாள்.

'கஞ்சப்புருஷனோட என்னால வாழ முடியாது'

எவ்வளவு சாதாரணமாகச் சொல்லிவிட்டுப்போய்விட்டாள்? அப்படியானால் அருளம்மாவும்... அவளை ஒத்த பெண்களும்... எவ்வளவு காரணங்களுக்காக புருஷன்மாரை விவாகரத்துச் செய்திருக்கவேணும். வெறும் பயத்திலா அவர்கள் டிவோர்ஸ் பண்ணாமல் இருந்தார்கள்....?

இன்பத்திலும் துன்பத்திலும் இணைபிரியோம் என்று அம்மி மிதித்து அருந்ததி பார்த்து, சத்தியம் பண்ணி ஏற்றுக்கொண்ட திருமண வாழ்க்கையை எவ்வளவு பயபக்தியுடன் ஒரு கண்ணாடிப் பாத்திரத்தைத் தலையில் கொண்டு நடப்பதைப்போன்ற அவதானத்துடன் நடந்துகொண்டார்கள். ஒருவர் குறையை

இன்னொருவர் அனுசரித்து விட்டுக்கொடுத்து, தம் சந்தோஷத்தில் உருவான குழந்தைகளை அநாதைகளாக விட்டுவிடக்கூடாது என்ற... ஒரு பொறுப்புடன்... பரிவுடன்... ஆசையுடன்...

இவையெல்லாம் சுபா கூறுவது போல... பயத்துடன் நடக்கிற காரியங்களா...? என்ன பேச்சுப்பேசுகிறாள்...?

'வீடு கட்டித்தாறன் என்று சொல்லிப்போட்டு... அத்திவாரத்தைப்போட்டு ஏமாத்தினார் எல்லே...உன்ரை மாமனார். அப்படிப்பட்டவரின்ட மகளுக்குப்பக்கத்திலையும் படுக்காதை ராசா... உனக்கு நஞ்சு பருக்கிப்போடுவாள்'

அருளம்மாவின் தந்தை இறந்த பின்னர்... இனி அத்திவாரம் மேற்கொண்டு எழும்பாது என்று தெரிந்தவுடன்... மாமியார் தன் கணவனுக்கு எழுதிய கடிதத்தை... எத்தனை தரம் வாசித்து அருளம்மா அழுதிருப்பாள். பெண்ணே பெண்ணுக்கு எதிரியா...? ஒவ்வொரு முறையும் மாமியார் விடுதலைக்கு வந்து நிற்கும்பொழுது அவளது தூண்டுதலால் கணவனிடம் தான் வாங்கும் அடிகள்... அவர் பெண்டாட்டிதாசன் இல்லை என்பதை தாய்க்கு நிரூபிக்க... அவள் மேல் அவர் கோபத்துடன் வீசியெறியும் கோப்பைகள்...

எவ்வளவு பொறுமையுடன் கண்ணாடித் துண்டுகளைப் பொறுக்கியிருப்பாள் அருளம்மா.

மாமியார் ஊருக்குப் போனபின்பு அவளோடு வந்து ஒட்டிக்கொள்ளும் கணவன், அவளது கன்னத்துக்காயங்களைத் தடவும்போது...

'சீ... நீங்கள் ஒரு கோழை' எனச்சீற முடிந்ததா...? அல்லது அவரை உதறத்தான் முடிந்ததா...? எய்தவன் இருக்க அம்பை நோவானேன்... என எவ்வளவு இரக்கத்துடன்... அவரை மன்னிக்க முடிந்தது. இவையெல்லாம் பயத்தில் நடந்ததா...? அந்த சகிப்புத்தன்மை ஒரு பக்கத்தில் இருந்ததால்தானே அவர் நல்ல தகப்பனாக... பிள்ளைகளுக்கு ஒரு நல்ல வாழ்க்கையை அமைத்துக்கொடுத்தார். அதில் சிறிதளவுகூட சுபாவிடம் இருந்தால்... அவளுடைய வாழ்க்கை இப்படி சீர்குலையுமா...?

டிரிங்...டிரிங்...

வாசல் மணியின் அழைப்புச்சத்தம்.

சுபாதான் திரும்ப வந்துவிட்டாளோ.... அவளை நிம்மதியாக வேலை செய்யவிடேல்லையோ...?

யோசித்துக்கொண்டே அருளம்மா கதவைத்திறந்தாள்.

வாசலில் மருமகன் குமரன்.

‘வாங்கோ தம்பி…’

‘என்ன அழுதுகொண்டிருந்தனீங்களே…?’

‘ஒஸ்ரேலியாவுக்கு வந்த நாள் தொட்டு அழுதுகொண்டுதானே இருக்கிறன் தம்பி.’

அருளம்மா சேலைத்தலைப்பால் கண்ணைத்துடைத்துக் கொண்டாள்.

‘நீங்கள் வந்தபடியால் அழுகிறீங்கள்…. நான் ஏன் ஒஸ்ரேலியாவுக்கு வந்தனான் என்று கவலைப்படுறன்…. இல்லாட்டி சுபா இப்படி மாறியிருக்கமாட்டாள்.’

‘இருங்கோ…. கோப்பி கொண்டுவாறன்.’

‘வேண்டாம் மாமி… முக்கியமான பத்திரங்களை சைன்பண்ணி மகளின்ட அறையில் வைச்சிட்டுப்போறன் எண்டு போன் பண்ணினவை….. அதுதான் எடுக்க வந்தனான்.’

‘தம்பி அவள்தான்… ஏதோ சின்னப்பிள்ளை…. தெரியாமல் கூத்தடிக்கிறாள் எண்டால் நீங்களுமே…’

‘பத்தும்…. பன்னிரண்டும் வயசான பிள்ளைகளின்ட தாய்… சின்னப்பிள்ளை இல்லை மாமி.’ என்றான் குமரன்.

அருளம்மாவுக்கு மேலே என்ன பேசுவது என்று புரியவில்லை. அவனது பேச்சின் உரப்பில்… சுபா மீது அவன் கொண்டுள்ள கோபம் புரிந்தது.

‘ஊரில் சுபா…. உழைக்கேல்லை… இங்கை வந்து உழைக்கத் துடங்கின உடன சின்னச்சின்ன ஆசைகள் தம்பி.‘

குமரனுக்கு முகம் சிவந்தது.

சுபாவுக்கு வந்தது சின்ன ஆசைகளா…? ஆசை விழுங்கும் ஆசைகள். அவள் ஆசைகளை அறிந்து, வாடகை வீட்டில் இருப்போம் என எத்தனை தரம் மன்றாடியிருப்பன்…. கேட்டாளா…? சொந்தமாக வீடு வேணும்…பெரிய வீடுவேணும்… சிநேகிதிகளிட்டை இருக்கிற மாதிரி பெரிய கார் வேணும்… அதைக்கொண்டு போய்க்காட்டவும் பெருமைபேசவும் அவளுக்கு நாலு விழாக்கள் வேணும்….

கடனை நினைத்து நினைத்து எவ்வளவு நாள் அவன் நித்திரையில்லாமல் தவித்திருப்பான்.

சிரிப்பில்லை... நிம்மதியில்லை... அதற்காக கொஞ்சம் செலவைக்குறையென்றால்... அவன் கஞ்சன். எத்தனை நாட்கள் அந்த நரகத்தை சகித்துச் சகித்து...

'மாமி உங்கடை மகளுக்கு வந்தது பெரிய ஆசை. இண்டைக்கு 'கஞ்சன்' என்று என்னை ஒதுக்கிறவள், நாளைக்கு 'கரைச்சல்'எண்டு பிள்ளைகளை உதறவும் தயங்கமாட்டாள். வந்தனீங்கள்... தயவுசெய்து... என்ட பொம்பிளைப் பிள்ளைகளுக்குப் பாதுகாப்பாக இருங்கோ...'

குமரன் போய்விட்டான்

*

'அப்பா, நீங்கள் எவ்வளவு சொன்னாலும் நான் என்ர மனத்தை மாத்தப் போறேல்லை. அவள்... பொம்பிளை... அவளுக்கு இவ்வளவு பிடிவாதம் எண்டால் எனக்கு எவ்வளவு இருக்கும்?'

'அவளுடைய விருப்பத்தை ஏன் பிடிவாதம் எண்டு சொல்லுறீங்கள்?'

'என்னுடைய ஆசைப்படி நடக்காத... பெண்சாதி எனக்குத்தேவையில்லை... நான் சொல்றமாதிரி உடுப்புப்போட அவளுக்கு என்ன அவ்வளவு வெட்கம். எங்கை போறதெண்டாலும், ஒரு ஆறு யார் சீலை. எல்லோரும் பார்ட்டிகளில் வைனை வைத்துக்குடிக்கேக்கில்லை, நான் கூல்ட்றிங்ஸ் எடுக்கிறன் எண்டு சொல்லிக்கொண்டு... அவள் பட்டிக்காடு மாதிரி...'

கணவன் தன்னை பட்டிக்காடு எனக்குறிப்பிட்டது தாராவுக்கு... கோபம் கோபமாக வந்தது.

ஒஸ்ரேலியாவுக்கு வந்த கொஞ்ச மாதங்களிலேயே... தியாகு தலைகீழாக மாறியது அவளுக்கு வியப்பாக இருந்தது. தான் மட்டும் மாறாமல்... அவளையும் எல்லாவற்றிலும் மாறும்படி வற்புறுத்துவது எவருக்குப் பிடிக்கும்...?

வேலையின் தேவை கருதி அவள் வேலைக்குப்போகும்போது சட்டை, பாவாடை, ஜீன்ஸ் போட்டுக்கொண்டாள். ஆனால், அதையே தன்னோடு எங்கு வரும்போதும் அணியச்சொல்வது தாராவுக்கு கொஞ்சம் கூடப்பிடிக்கவில்லை.

அழகாக நிலத்தில் படும்படியாக சேலை கட்டிக்கொண்டு தலை

நிறைய பூவை சூடிக்கொண்டு இருக்கும்போது வரும் அழகு வேறு எதிலும் உண்டா...?

எத்தனை பார்ட்டிகளில் பெண்கள் தங்களது வயதையும் மறந்து... டீசேர்ட், ஹோட் போட்டுக்கொண்டு தொடைதெரிய நெஞ்சு தெரிய ஆம்பிளையளுக்கு முன்னால இருக்கிறதையும், பிறகு அவனின்ட பார்வை சரியில்லை... இவனின்ட பார்வை சரியில்லை... என ஆர்ப்பரிப்பதையும் கண்டு மனம் வெறுத்திருக்கிறாள்... அதே பிழையை... கணவன் தன்னையும் செய்யச்சொல்லும்பொழுது... அவளால் மனம் குமுறாமல் இருக்க முடியுமா...?

தீர்மானமாக மாமனாரின் பக்கம் திரும்பினாள்.

"ஒஃபீஸுக்கு மட்டும்தான் அந்த உடுப்பு போடுவன். மற்ற இடங்களுக்கெல்லாம் சேலைதான் மாமா...'

'சேலை உடுத்திறவையெல்லாம்... தோளை மூடிக்கொண்டு திரியிறவையெல்லாம் பெரிய பத்தினிதான். எங்களுக்குத் தெரியும் யார் பத்தினி என்று...'

தியாகு ஆத்திரத்துடன் கத்தினான்.

'இப்ப எந்த உடுப்புப்போடுறவை... பத்தினியெண்டது எங்களுக்குத்தேவையில்லாத விஷயம்... ஒரு சின்ன உடுப்பு விஷயம்... உங்களுடைய வாழ்க்கையையே எப்படி திசை திருப்புது பாருங்கோ... கல்யாணம் கட்டுவது சந்தோஷமாக இருக்க. டிவோர்ஸ் பண்ண இல்லை தியாகு.'

'ஆனால், அந்தத்திருமணத்திலேயே சந்தோஷமில்லையெண்டால் டிவோர்ஸ் பண்றதிலையும் பிழையில்லை அப்பா. அதுதான் என்னுடைய சிநேகிதன் தீபனும் காலுக்கு உதவாத செருப்பை கழற்றி எறி எண்டு சொன்னவன்.'

குமரேசருக்கு கோபம் பொத்துக்கொண்டு வந்தது.

'உன்ர சிநேகிதன் என்ன மாதிரி... அவர் செருப்பு போட்டிருக்கிறாரோ... அல்லது கழற்றி எறிஞ்ச கேஸ்தானோ...?'

தியாகு தகப்பனின் கோபத்தை சட்டை செய்யவில்லை.

ஆயிரம் புத்திமதிகள் கேட்டாயிற்று.

அவனுக்கு அவனுடைய நாட்டு வாழ்க்கை முற்றாகப் பிடிக்கவில்லை.

வெளிநாட்டுக்கு வந்தபின்தான் தீபன் சொன்னதுபோல்... வாழ்க்கையை அனுபவிக்காமல் எப்படி வீணடிக்கிறம் என்று அவனுக்கு விளங்கியது.

பதினைந்து வயதிலேயே வெள்ளைக்கார ஆண், பெண் என்ன மாதிரி உல்லாசமாகத் திரியுதுகள். சிரிச்சுக்கதைத்து உணர்ச்சிகளைக் கட்டுப்படுத்தி மனம் வெதும்பாமல், இது என்னவாமென்றால் படிக்க வேணும், தங்கச்சிமாரை கரைசேர்க்க மாடாக உழைக்கவேணும். சாதாரணமான ஒரு திருமண வாழ்க்கைக்குக் கூட ஏங்கிக்கொண்டு, அப்பா அம்மா நிச்சயமாக்கும் வரை, காத்துக்காத்து உணர்ச்சிகளை அடக்கிப்போதும்- போதும்... என்னுடைய கடைசிப் பருவத்தையாவது வெளிநாட்டுக்காரன் மாதிரி உல்லாசமாக வாழவேணும். இரண்டு பிள்ளைகள் பிறந்தவுடனேயே எல்லாம் முடிஞ்சிட்ட மாதிரி. பிள்ளைகளுக்காக உழைச்சு உழைச்சு முறிய நான் தயாரில்லை.

தியாகுவின் சிந்தனையில் தீபன் நின்று க்தோபதேசம் செய்தான்.

'அப்பா... பழம் பெருமை பேசிப்பேசி என்னுடைய வாழ்க்கையை இனியும் வீணடிக்காதீங்கோ... உங்கடை பாசம்... உங்கடை தியாகம்... எல்லாவற்றையும்விட 'உனக்காக வாழ்' என்ற வெளிநாட்டுத்தத்துவம்தான் எனக்குப்பிடிச்சிருக்கு. எனக்குப் பிடிச்சமாதிரி யார் என்னோட சேர்ந்து வாழ நினைக்கினமோ... அவள்தான் என்னுடைய பெண்சாதி.?

குமரேசர் தாராவைத் திரும்பிப்பார்த்தார்.

'ஸொரி மாமா... புருஷன் என்றாலும் என்னால முடிஞ்சளவுதான் அவருக்காக வாழலாம். என்னை அவர் டிவோர்ஸ் பண்ணுவது பற்றி எனக்கு பரவாயில்லை. பிள்ளைகள் யார்ட பொறுப்பு...? அவருடையதுதானே... அல்லது 'உனக்காக வாழ்' என்ற வெளிநாட்டுத்தத்துவத்தில் அதுகளும் என்னைப்போல வெளியாலயோ...?'

அமைதியாக மிக அமைதியாக நெஞ்சில் அடித்தாற்போல் சொல்லிவிட்டுப் போய்விட்டாள் தாரா.

குமரேசர் கண்களை மூடிக் கதிரையில் சாய்ந்தார்.

தழையத்தழைய சேலை உடுத்துக்கொண்டு தலையில் பூவும், நெற்றியில் அழகான பொட்டுமாக... அவள் தியாகுவுடன் ஊரில் திரிந்தது ஊர்வலமாகக் கண்ணில் நகர்ந்தது.

அமைதியான முகம்....

அழுத்தமான முகம்....

ஏறேடுத்துப் பார்த்தாலே... 'நான் மரியாதைக்குரியவள்' என்று ஒரு சின்னப்புன்னகையுடன் சொல்லி... மற்றவர்களைப் பண்பாகக் கதைக்க வைக்கும் முகம்....

அவளைப்பார்த்தா... மொடர்ன் ட்ரெஸ் போட்டுக்கொண்டு, கையிலை வைனை ஏந்தச்சொல்கிறாய்... உனக்கு என்ன பிடிச்சிட்டுது தியாகு... விளங்கேல்லையேடா...

கொஞ்ச நாட்களாக... நடைபெற்ற வாக்குவாதங்கள் இப்போ விவாகரத்தில் போய்முடியும் அளவுக்கு இரண்டு பேரும் பிடிவாதமாக இருப்பதை எண்ணி எண்ணி அவருக்கு மூளை வலித்தது.

அவரும் வெளிநாட்டுக்கு வந்த நாள்தொட்டு... இந்த உல்லாச வாழ்க்கையைப் பார்த்தவர்தான். காலையில் பேப்பரை விரித்தாலே கண்ணில் படுவது...'பதின்மூன்று வயதுப் பெடியனுக்கு பதினாறு வயதில் காதலி... திருமணமாகாமலே குழந்தை.'

தியாகு இதுவாடா... உணர்ச்சிகளைக் கட்டுப்படுத்தாமல் மனசுக்குள் போட்டு வெதும்பாமல் வாழுற ஆசை...

அந்த அந்த நேரத்தில் உணர்ச்சிகளை வெளிப்படுதுறதுதான் மனித நோக்கம் எண்டால்... பிறகு எங்களுக்கும் மிருகங்களுக்கும் என்ன வித்தியாசம் இருக்க முடியும்....?

ஜேம்ஸ் கூட தழுதழுத்த குரலில் எங்களுடைய வாழ்க்கையை... பாசத்தை சொல்லிச் சொல்லி வியந்தாரே.... தன்னுடைய வீட்டில் தான் குடிக்கிற கோப்பிக்குக்கூட காசு கொடுக்கவேண்டும் என்று கண்ணீர் மல்கினாரே... அந்த வெள்ளைக்கார வாழ்க்கைதானா உனக்குப்பிடிச்சிருக்கு... அவர்களிடம் எத்தனையோ நல்ல குணங்கள் இருக்கே... ஏனடா... பாலை விட்டுட்டு நீரை மட்டும் பிரிச்சு எடுக்கிறாய்...?

மகனிடம் பேச முடியாதவர் மனசுக்குள்ளேயே அவனுடன் போராடினார்.

ட்ரிங்... டரிங்...

'ஹலோ... சுபாஷினி ஹியர்.'

'————'

'யார் ரூபிணியே.... என்ன விஷயம்...?'

‘________’

‘என்ன சத்தியாவுக்கு புருஷன் அடிச்சு முகம் வீங்கிவிட்டுதோ...? எந்தநாட்டில் இருக்கிறாராம்...? இன்னும் சிலோன் எண்ட நினைப்போ... அண்டைக்கே சொன்னன். விட்டுட்டு வெளிக்கிடும் என்று...’

‘________’

‘சரி... சரி... இப்ப டிவோர்ஸ் எடுக்கப்புத்தி வந்ததே பெரிய காரியம்... நீர் சத்தியாவைக் கூட்டிக்கொண்டுபோய்... டொக்டரிட்டை நல்ல லெட்டர் ஒண்டு எடும். இது எல்லாம் நாளைக்கு டிவோர்ஸுக்கு நல்ல Valid Points ... நான் பின்னேரம் வந்து சொலிஸிட்டரிட்டைக் கூட்டிக்கொண்டு போறன்.’

‘________’

‘என்ர பிள்ளைகள் எண்டு அழுகிறாவோ.... சொல்லும் புருஷனை விட்டுட்டு இருக்கிற பொம்பிளைக்கும்... பிள்ளைகளுக்கும் சேர்த்து அரசாங்கம் நல்ல பண உதவி செய்யும் எண்டு... தைரியமாக இருக்கச்சொல்லும்.’

பனை

அசன்

ஆயிரத்து தொள்ளாயிரத்து எழுபத்தி நாலில் போத்துக்கல் தேசத்தில் இராணுவம் தலைமை தாங்கிய புரட்சி, அரை நூற்றாண்டாக இருந்துவந்த பாசிச ஆட்சியை வேரோடு அறுத்தது. அது டி மில்கெய்ரா குடும்பத்தின் வசந்த காலத்தையும் முடிவுக்கு கொண்டு வந்தது. லிஸ்பனிலிருந்து ஐநூறு கிலோ மீட்டர் தூரத்திலுள்ள 'ஆத்தலயா' என்ற கிராமத்துக்கு வருகை தருகின்ற நூற்றுக்கு மேற்பட்ட அரச விருந்தினர்களை ஒரே நேரத்தில் தங்க வைத்து பெருமை கொண்ட அவரது மாளிகை, அவர் கண் முன்னாலேயே எரித்து சாம்பலாக்கப்பட்டது. அந்த மாளிகையில் உள்ள யன்னல்களின் எண்ணிக்கை முன்னூற்று நாற்பது என்று இன்றும் அயலவர்கள் கணக்கு சொல்லுவார்கள். நானூறு வருட பழைமை பேணும் மாளிகையின் எச்சங்கள் அவர் இதயத்தை கிளறும் நினைவுச் சின்னமாக இன்று பேணப்படுகிறது. ஆனால் நோய் வாய்ப்பட்ட டி மில்கெய்ரா மட்டும் எழும்ப முடியாமல் படுத்த படுக்கையாகி விட்டார். நுரையீரலில் கான்சர் என்பது வைத்தியர்களின் இறுதிக் கண்டுபிடிப்பு. போத்துக்கல்லில் இனி இழப்பதற்கு வக்கிரமான உறவினர்களின் இதயங்களைத் தவிர எதுவுமில்லாத நிலையில் அவரது ஒரே மகன் டோனி அவுஸ்த்திரேலியாவில் குடியேறிவிட்டான். இது அவனது அறிமுகத்துக்கு ஒரு முன்னீடு.

பதினைந்து வருடங்களுக்கு முன்னர் சிட்னிவாசியாகிவிட்ட டோனிக்கும், அண்மையில் இங்கு குடிபெயர்ந்த எனக்கும் இடையிலான சில அனுபவங்களே இனி.

அந்த அலுவலகத்தில் நான் ஒருவனே வெள்ளை நிறம் அல்லாதவன். இதில் ஒரு அனுகூலம் உண்டு. கண்ணில் தெரிகிறவர்கள் எல்லாம் வெள்ளை தோலினராதனால் நான் மாற்றினத்தவன் என்பது மறந்து போய்விடுகிறது. அதை நினைவூட்டும்படியாக எந்த சந்தர்ப்பத்தையும் அவர்கள் ஏற்படுத்தவில்லை என்பதும் உண்மைதான்.

சொந்த நாட்டுப் பிரச்சினைகளை அந்நியனுக்குச் சொல்லி ஆறும் ஏக்கம் எனக்கும் ஆரம்பத்தில் நிரம்ப இருந்தது. ஆனால்,

அதை கேட்பதில் எந்த ஆர்வமும் இல்லாமல் இருக்கிறார்களே என்ற ஆதங்கம்தான் எஞ்சியது. அருகில் உள்ளவர்களின் அந்தரங்கங்களை அறிவதில் அவர்களுக்கு ஒரு அக்கறையுமில்லை; ஆர்வமுமில்லை. பல நிறங்களை பார்த்து அலுத்து விறைத்த கட்டைகளுக்கு எனது நிறம் ஒரு பொருட்டல்ல. திங்கள் காலையிலே வேலை துவங்கும்போதே வெள்ளி மாலையை நினைத்து, அந்த நினைவில் ததும்பும் உற்சாகத்தில் வேலை செய்பவர்கள். வேலை எது அவர்கள் எது என்று பிரித்துப் பார்க்க முடியாத அத்வைதிகள்.

இசைவாக்கம் பலித்தது. இவர்களைப் போல நானும் வேலையாக மாறிக்கொண்டிருந்த காலத்தில்தான் டோனி அந்த அலுவலகத்தில் வேலைக்கு சேர்ந்தான். என்னிலும் இளையவன்; உருவிலும் சிறியவன். வெள்ளையருக்குரிய சராசரி தோற்றம் கூட இல்லாதவன். அடர்ந்த மீசை வைத்துக் கொள்வதாலும் ஆடம்பரமாக உடுத்திக் கொள்வதாலும் அதை சரிக்கட்டிக் கொள்ளலாம் என நினைப்பவன். அவன் வந்த பின்னர்தான் கொம்பியூற்றரிலும் மனித வாடை வீசத் துவங்கியது. அவனுடைய அடி நாபியிலிருந்து எழும் ஆங்கில உச்சரிப்பு விளங்காது. ஆனால் ரசிக்கக்கூடிய தாகவிருக்கும்.

காலையில் வரும்போதே ஏதாவதொன்றைப் பற்றி குறை கூறி அலுத்துக் கொள்ளாவிட்டால் டோனியால் திருப்தியாக வேலையை துவங்க ஏலாது. அப்படி ஒரு வாடிக்கை. அவனுடைய யுனிற்றுக்கு கீழே வசிக்கும் கிழவி, அவுஸ்திரேலியாவின் நிதியமைச்சர் போல் கீட்டிங், அவனது காருக்கு முன்னாலோ பின்னாலோ வந்த காரின் சொந்தக்காரர், இப்படி பலர் அவனிடம் absentee ஆக திட்டு வாங்குவதுண்டு. வளைகுடா யுத்த காலத்தில் குட் மோர்னிங் பெரும்பாலும் இப்படித்தான் இருக்கும். "சதாம் ஒரு முட்டாள். என்னொரு ஹிட்லர். அவன் கொல்லப்பட வேணும். நீ என்ன நினைக்கிறாய்?"

தர்மசங்கடமான கேள்விகள் என்னை நோக்கி பாயும்போது றேச்சல்தான் தடுத்தாட்கொள்வாள். றேச்சல் மூன்றாம் தலைமுறை அவுஸ்திரேலிய ஆங்கில பெற்றோர்களுக்கு பிறந்தவள். இருபத்தியிரண்டு வயது; சிறுமி போலவும் தோன்றுவாள். அப்படித்தான் சிலவேளைகளில் நடந்துகொள்வாள். டோனியை எதிர்த்து விட்டுக் கொடுக்காமல் வாதாடுவது அவள் மட்டுமே. வளைகுடா யுத்தத்தில் அவுஸ்திரேலியாவின் ஈடுபாட்டை கண்டித்து சிட்னியில் நடந்த சமாதான ஊர்வலங்களில் முன்னணியில் பங்கு பற்றியிருக்கிறாள். இவர்களுடைய விவாதங்களில் பக்க வாத்தியமாக என்னைத்தான் டோனி பாவித்துக் கொள்ளுவான். மாறுபட்ட

கருத்துக்களைச் சொல்வதன் மூலம் ஒதுக்குப்பட்டுவிடுவோமோ என்ற பயத்தில் மனட்சாட்சியை மறந்து டோனிக்கு ஆமாம் சாமியாக இருப்பது எனது சாமர்த்தியம் என நான் நினைப்பதுண்டு.

ஒருநாள் வழக்கமான பல்லவியுடன் டோனி அலுவலகத்துள் நுழைந்தான்.

'சிட்னி சீவிக்க லாயக்கில்லாத இடமாகி வருகிறது. ஒரு இடமும் தப்பேலாது.'

'ஏன் என்ன விஷயம்?' என்று கேட்டேன். கேட்காவிட்டாலும் விட மாட்டான்.

'இந்த வியட்னாமியர்களே மோசமானவர்கள். விடிய காரை எடுக்கப் போனால் தன்னுடைய இடத்தில் என்னுடைய கார் நிற்கிறது என்று குற்றம் சொல்கிறான் அந்த வியட்நாமியன். இவ்வளவுக்கும் அவனிடம் கார் கூட இல்லை'

'பிறகு?'

'பிறகென்ன பிறகு. இனி அந்த இடத்தில் இருக்க முடியாது. வேறு இடம் பாக்க வேணும். ஒரு வருசத்திலை நாலாவது இடம். நல்ல இடம் என்று இங்கே வந்தால் இங்கேயும் வந்துவிட்டாங்கள்.'

அப்போது றேச்சல் வர, அவளுக்கும் விஷயம் பகிரப்பட்டது.

'ஒருவனோடு ஏற்பட்ட பிரச்சினைக்கு முழு இனத்தையும் ஏன் சண்டைக்கு இழுக்கிறாய்.?' என்று அவள் கேட்டாள்.

'உனக்கு தெரியாது. முந்தி ஒருமுறை காரை ஓட்டத் தெரியாமல் என்ர காரை இடிச்சதும் ஒரு வியட்னாமியந்தான். என்ர நண்பன் ஒருவனுக்கும் இதே மாதிரி அனுபவம் இருக்கு. அவங்களுக்கு கார் ஓட்டவும் தெரியாது. மற்றவர்களை எப்படி மதிக்கிறது எண்டும் தெரியாது.'

'உனக்கு எப்பிடி அவங்கள் எல்லாம் வியட்நாமியர்கள் எண்டு கண்டு பிடிக்க முடியிது. எனக்கு எல்லா ஆசியர்களும் ஒரேமாதிரித்தான் தெரிகிறார்கள்.'

'எனக்கும்தான். ஆனால், பிரச்சனை தாறது எல்லாம் வியட்னாமியராய்த்தான் இருக்கும். ஏன் றேச்சல் உனக்கு நல்லாய் தெரிய வேணுமே. நீ இருக்கிற இடத்திலை நிறைய ஆசியர்கள் சீவிக்கிறார்கள்தானே. என்னண்டுதான் நீ சமாளிக்கிறாயோ?' என்று டோனி ஆதங்கப்பட்டான். றேச்சல் பழம்குடிகள் உட்பட

பல இனங்கள் வாழும் புற நகர் பகுதியில் வாடகை அறையில் தங்கியுள்ளாள். அவளது குடும்பம் சிட்னியிலிருந்து இருநூறு கிலோமீட்டர் தொலைவிலுள்ள கிராமத்தில் இருக்கிறது.

'ஏன் அது நல்ல இடம்தானே. சிட்டிக்கு கிட்ட எல்லா வசதியளும் இருக்கு.'

'இடம் நல்லதுதான். ஆனால் சனம். எப்பிடி உன்னாலை அந்தச் சனங்களை சமாளிக்க முடியுது'

'உன்னையே உன்னுடைய அயலவை சமாளிச்சுக் கொண்டு இருக்கினம்தானே. அதை விட எனக்கு ஒண்டும் பெரிய பிரச்சனை இல்லை. நல்ல காலம். நீ எனக்கு அயலிலை இல்லை.' என்று புன்னகையுடன் றேச்சல் சொல்ல, அவளிடமிருந்து நழுவி டோனி என்னில் தொற்றிக்கொண்டான்.

'ஆசியர்கள், குறிப்பாக வியட்நாமியர்கள் இன்னும் நாகரிகமடையவில்லை. மற்ற கலாசாரங்களை மதித்து நடக்கத் தெரியாது. ஒரு பல்கலாசார சூழலிலை எப்பிடி சிநேகபூர்வமாய் பழகிறது எண்டு அவைக்கு தெரியாது. நீ என்ன சொல்லுகிறாய்.'

'இருக்கலாம். எனக்கு அவ்வளவு அனுபவமில்லை.' என்று சமாளிக்க முயன்றேன்.

'இப்போது பார். யுவான் உன்னை போலவா? அவனுடைய நடத்தைதான் அவனுடைய வேலை போக காரணமாய் இருந்தது. மற்றவர்களை மதிக்கத் தெரியாது. தங்களுக்குத்தான் எல்லாம் தெரியும் என்ற இறுமாப்பு.'

இப்படி அங்கு வேலை செய்யும் தனிப்பட்டவர்களை டோனி தாக்கத் துவங்கும்போது றேச்சல் தனது வேலையில் நுழைந்தது விடுவாள். நான் வழக்கமாக 'ஆமாம் சாமி' தான். யுவான் எனக்கு பிறகு இணைந்த ஒரு வியட்நாமியன். தொழில் விசயத்தில் நல்ல அனுபவஸ்தன். அவனிடம் நானும் ஒருமுறை 'அடி' பட்டதனால் ஆமாம் போடுவது இந்த சந்தர்ப்பத்தில் அவ்வளவு சிரமமாக இருக்கவில்லை. ஆனால், ஆசியர்களைப் பொதுவாக அவன் ஏசும்போது மனசு பெரும் சங்கடத்துக்கு உள்ளாகும். எங்களை இவர்கள் ஆசியர்களாக கருதுவதில்லை. இருந்தாலும் நாம் ஆசியர்கள் என்ற நிதர்சனத்தை என்னால் நிராகரிக்க இயலவில்லை.

தர்க்கத்துக்குரிய விசயங்களை அவுஸ்திரேலிய அலுவலக நண்பர்கள் எந்த வகையிலும் தவிர்த்துக் கொள்ளவே முனைவர்.

தொழில் விசயத்திலும் அது செல்லும். ஆனால் டோனி எந்தவித தயக்கமுமில்லாமல் தனது இனவாத கருத்துக்களைச் சொல்லிவிடுவான். நானும் அவனுடன் சேர்ந்தது சீனர்களின் சின்னத்தனம் பற்றி ஆமோதித்து பிழைத்துக் கொள்வேன். இதையெல்லாம் கேட்டு பக்கத்திலுள்ள பற்றிக் புன்னகைத்துக் கொள்வான். ஒப்பந்த அடிப்படையில் வேலை செய்யும் பற்றிக் பத்து வருடங்களுக்கு முன்னர் அக்கரைப் பச்சையை நாடி பிரிட்டனிலிருந்து குடியேறியவன். வாயத் துறக்காமலே கதைக்கும் வித்தை தெரிந்தவன். எந்த விவாதத்திலும், நிரந்தரமாக அவனது முகத்தில் ஒட்டிக் கொண்டுள்ள சிரிப்பை வீசிவிட்டு பக்கம் சாராத பக்குவவாதி போல் வேலையில் தியானித்துவிடுவான். நிமிடங்களை டொலர்களால் மாற்றீடு செய்பவன், விதண்டாவாதங்களில் அதை வீணடிக்க முடியாதுதானே. வளைகுடா யுத்தத்தில் மட்டும் அவனால் வாயை மூடிக் கொண்டிருக்க முடியவில்லை. ரேச்சலின் சமாதானம் எவ்வளவு முட்டாள்தனமானது என நிரூபிக்க டோனியை விட பற்றிக்தான் அதிக பிரயாசை பட்டதாக ஞாபகம்.

நாளாவட்டத்தில் டோனி ஒரு ஆண் மேலாதிக்கவாதி என பெண்களால் வர்ணிக்கப்பட்டான். கொம்பியூற்றரில் தவறுகள் ஏற்படும்போது அதை 'bloody woman' என்று திட்டுவதும் அதில் வரையப்பட்ட ஒரு நிர்வாண பெண் நடமாடும் தோற்றத்தை வரவளைத்து பெண்களுக்கு காட்டுவதும் இதற்கு முக்கிய காரணமாயிருக்கலாம்.

பின்னர் நடந்த ஒரு சம்பவம்தான் எங்கள் இருவருக்கிடையில் தர்ம சங்கடத்தை உருவாக்கியது. தகவல்களை கொம்பியூற்றரில் ஒழுங்குபடுத்தும் முறை பற்றி கொம்பனி இயக்குனருக்கும் டோனிக்கும் இடையே கருத்து வேறுபாடு எழுந்தது. நான் உருவாக்கிய முறையே நடைமுறையில் இருந்தது. டோனி தனக்கு பழக்கப்பட்ட இன்னொரு முறையில் செய்ய முனைந்தான். இயக்குனர் அதை ஏற்றுக்கொள்ளாமல் ஏற்கனவே இருக்கும் முறைக்கு மாற்றச்சொல்லி டோனியைக் கேட்டுக்கொண்டார்.

'ஏன். இப்படியும் செய்யலாம்தானே. இதுதான் இலகுவானதும் புரிந்துகொள்ளக்கூடியதும்' என வாதிட்டான்.

'ஆனால் ஒரு அலுவலகத்தில் இரு வேறுபட்ட முறைகளை பாவிக்க முடியாது'

'அப்படி என்றால் இருப்பதை விட்டுவிட்டு என்னுடைய முறையை பாவிக்கலாம்தானே.'

இதற்கு மேல் வாதிப்பதில் அர்த்தமில்லை என்றுணர்ந்த இயக்குனர், 'எது எப்படி இருந்தாலும் இங்கே ஏற்கனவே உள்ள முறைப்படி செய்யும்.' என கட்டளை இடுவதுபோல் சொல்லிவிட்டு விடு விடுவென இடத்தை விட்டகன்றார். நான் இயக்குனரின் கருத்தை அமைதியாக அவனுக்கு நியாயப்படுத்தினேன். அவன் அதை ஏற்றுக்கொள்ளாமல், 'அவர்களுடைய கொம்பனி. எனக்கென்ன. அவர் சொன்னமாதிரியே செய்து என்ர நேரத்தை மண்ணாக்கிறன்' என்று அலுத்துக்கொண்டே செய்யத் துவங்கினான்.

இதுபோன்ற பல சந்தர்ப்பங்களில் டோனியும் மேலதிகாரியும் அடிக்கடி முட்டிக்கொண்டனர். தொழிநுட்ப விசயங்களில் டோனி மேலதிகாரிகளை விட அதிக அனுபவம் உள்ளவன். பெரும்பாலான விவாதங்களில் அவன்தான் சரி போலவும் தோன்றியது. ஆனால் எதையும் முரண்பாடாக பார்க்கும் அவனது போக்கால் அவனது சரியான ஆலோசனைகளும் நிராகரிக்கப்படுவதே வழக்காகியது. சுற்றிச் சுற்றி வந்து இறுதியில் அவன் துவக்கத்திலேயே சொன்னதை நடைமுறைப் படுத்திய சந்தர்ப்பங்களும் உண்டு. அந்த நேரங்களில் டோனி கடும் சினத்துக்குள்ளாவான்.

பற்றிக்கினுடைய ஒப்பந்த காலம் முடிவடைந்து விட்டது. கொம்பனிக்கு அவனை தொடர்ந்து வைத்திருக்க கூடியளவு வேலை கிடைக்கவில்லை. அவன் செல்லும்போது டோனி மிகுந்த விசனப்பட்டான். அடுத்தது தனக்குத்தான் என மனசார நம்பினான். ஆனால், பற்றிக் தனது வேலை முடிவது பற்றி பெரிதாக அலட்டிக்கொள்ளவில்லை. ஏற்கனவே இங்கிலாந்து திரும்புவதாக திட்டமிட்டிருந்தான். சிட்னியில் அவன் வாங்கிய மூன்றாவது வீட்டை விற்கவேண்டிய நிலை வந்தவுடனேயே 'இனி அவுஸ்திரேலியா சரிப்படாது' என முடிவெடுத்ததாக சொல்லிக்கொண்டான். அந்த வீடு விற்பதில் பற்றிக்குக்கும் மனைவிக்கும் பலத்த வாதம் ஏற்பட்டதாக டோனி விடுப்பு சொன்னான். அது பெரிய விசயமா. தினம் தினம் நமது வீட்டில் நடப்பதுதானே என நான் ஆச்சரியப்பட்டேன். இது அப்படியல்ல. மணமுறிவு வரை வந்துவிட்டது என டோனி சொன்னான். பிள்ளைகள் இல்லாத அவர்களுடைய பந்தம் சொத்துக்களால் மட்டுமே பிணைக்கப்பட்டதால் வந்த விளைவு இதுவென்றும் அதனால்தான் தான் திருமணமே செய்யாமல் இருப்பதாகவும் டோனி பெருமை பேசினான். பல தடவைகள் 'உனக்கு என்ன குறை. மனைவி இருக்கிறாள். பிள்ளைகள் இருக்கிறது. ஆனால் நாற்பது வயதாகிறது. எனக்கு ஒருவருமில்லை' என டோனி சொன்னதை மீட்டுப் பார்த்து என்னுள் சிரித்தேன். ஆனால் இந்த

காலத்தில் பற்றிக்கில் நான் எந்த அசுமாத்தத்தையும் காணவில்லை. சில நாட்களில் பற்றிக் இங்கிலாந்து சென்றதாக தகவல் கிடைத்தது.

அவசரமாக முடிக்கவேண்டிய வேலை காரணமாக மதிய இடைவேளைக்கும் வெளியில் செல்லாமல் டோனியும் நானும் வேலையில் மூழ்கியிருந்தபோது, டோனியை இயக்குனர் சில நிமிடங்களுக்கு வரச்சொன்னார்.

'இந்த நேரத்தில் இவர் வேறு.' என்று அலுத்துக்கொண்டே சென்றான். சென்றவன் வேறொரு முகத்துடன் மெதுவாக நடந்து வந்தான். அவசரமான நேரங்களில் பாய்ந்து பாய்ந்து நடக்கும் வழக்கமுள்ள டோனி ஆறுதலாக வருவது ஆபத்தின் அடையாளம் என்றுணர்ந்த நான்,

'ஏதாவது பிரச்சனையா?' என்றேன்.

'இவங்கள் எல்லாம் bastards' அவன் வெடித்தான்.

'என்ன நடந்தது?'

'ஒரு கிழமை நோட்டீஸ் தந்திருக்கினம். என்னை நிப்பாட்டிப் போட்டாங்கள்'

சென்ற மாதம்தான் எமது அலுவலகத்தில் வேலை செய்த எட்டு பேர் வீட்டுக்கு அனுப்பப்பட்டு மற்றவர்கள் சம்பளத்தில் பத்து வீத சுருக்கமும் ஏற்பட்டது. கடந்த இருபது வருடங்களில் அவுஸ்த்திரேலியா அனுபவிக்கின்ற மோசமான பொருளாதார தேக்கம் இதற்கு உபயமளித்தது. கட்டாயம் தேவையானவர்களே எஞ்சி இருந்தார்கள். இனி ஆட் குறைப்புக்கு அவசியமில்லை என உத்தரவாதமும் தந்திருந்தார்கள். ஆனால் இன்று.....

இது டோனிக்கு இந்த வருடத்துள் நடந்த மூன்றாவது வேலை இழப்பு. இந்த நாட்டில் சர்வசாதாரணமான நிகழ்ச்சி இது. அடுத்த நாள் வந்த டோனி,

'இனி ஏலாது. நான் போத்துக்கலுக்கு போகிறேன். ஆனால் உமக்கு ஒண்டு சொல்லுகிறான். இவங்கள் பச்சை இனவாதிகள். நானும் நீயும்தான் எஞ்சியிருந்த அந்நியர்கள். இண்டைக்கு எனக்கு. நாளைக்கு உனக்கு. வேலை இல்லாமல் போனால் முதல் போறது அன்னியர்தான். இனி போறத்துக்கு நீ மட்டும்தான் அந்நியன். ஆனபடியால் இப்பவே வேறை வேலை ஒன்றைத் தேடு.' என்றான்.

'நீயும் வேறை வேலையை இங்கை தேடலாம்தானே.'

‘இனிப் போதும். என்னாலை இன்னொரு வேலை இழப்பைத் தாங்கேலாது.’

உழைப்பை பண்டமாக விற்று வாங்கும் வர்த்தக உலகில் மனித நேயத்தை எப்படி டோனி எதிர்பார்க்க முடியும். அதை ஏற்கனவே சொந்த நாட்டில் தொலைத்து விட்டு இங்கு கிடைக்கும் என்று தேடி வந்தானோ?’

‘போத்துகலில் போய் என்ன செய்வாய்? உனக்குத்தான் அங்குள்ளவர்களை பிடிக்காது என்று சொல்வாயே.”

‘நான் ஆத்தலயாவிற்கு போகவில்லை. லிஸ்பனுக்குதான் போகப் போகிறேன். எனக்கு என் உறவினர்களைத்தான் பிடிக்காது. ஆனால், என் ஊர் அழகானது. எங்களுடைய மொழியைப் போலவே!’ பெருமையாகச் சொல்லிக்கொண்டான்.

மௌனமாக இருந்த கொம்பியூட்டரை முடுக்கினேன். ‘நொய்’ என்ற இரைச்சலுடன் அது உயிர்த்தது. டோனி நிர்வாண பெண் நடமாடும் தோற்றத்தை வரவழைப்பான். காலயடியின் நிலவளத்தை வானோக்கிச் சொல்லும் பனை மரங்களை கொம்பியூட்டரில் தோற்றுவிக்க என் மனம் தைரியத்தைத் தேடுகிறதா. ‘என் ஊர் மிக அழகானது. எங்களுடைய மொழியைப் போலவே’ என்று கொம்பியுட்டர் வசனம் பேசுகிறதா? வேலையில் முழ்கினேன்.

புதர்க் காடுகளில்

முருகபூபதி

(முன்கதைச்சுருக்கம் : வீரகேசரியில் 1988 ஆம் ஆண்டு வெளியான இச்சிறுகதை, சிங்கப்பூர் தமிழ் முரசிவிலும் மறுபிரசுரமானது. அவுஸ்திரேலியா, விக்ரோரியா மெல்பன் 3 E A வானொலி, குவின்ஸ்லாந்து பிரிஸ்பேர்ண் தமிழ் ஒலி வானொலி ஆகியவற்றில் ஒலிபரப்பப்பட்டது.

இலங்கையில் The Island பத்திரிகையில் Bush walk என்ற பெயரில் ஆங்கிலத்தில் வெளியானது. மொழிபெயர்த்தவர் திருமதி ரேணுகா தனஸ்கந்தா)

புதர்க் காடுகளில் நெடிதுயர்ந்த பைன் மரங்கள் செறிந்து வளர்ந்து வாழும் புதர்க்காடுகளுக்குள் நுழையும்போது மாலை ஆறு மணியும் கடந்துவிட்டது.

வசந்த காலத்தை விரட்டியடித்துக் கொண்டு முன்னே வந்த கோடை காலத்தினால் ஆறு மணியாகியும் சூரியன் இன்னமும் உறங்கப்போகவில்லை.

புஷ்வோர்க் செல்வதற்கு இதுவே உகந்த நேரமென்று பிரேம்குமார் சொன்னதை நான் முதலில் நம்பவே இல்லை.

'புஷ்வோர்க்' மச்சான் அதனைத் தமிழ்ப்படுத்து பார்ப்போம். சாமைக் கேட்ட போது 'புதர்க்காடுகளில் நடத்தலாக்கும்' சந்தேகம் தொக்கி நிற்கப் பதில் பிறந்தது.

பச்சைப்பசேலென எங்கும் நெடிதுயர்ந்த மரங்களும் குளிர்மையாக மதர்த்து நின்ற புதர்களுமாக பனிப்புகாரைப் போர்த்திக்கொண்டு காட்சியளித்த பெல்கிரேவ் பிராந்தி யத்தின் 'ஷேர்புரூக் ஃபொரஸ்ட் பார்க்' கிற்குப் போக வேண்டும். அங்கே சில மணி நேரம் நடந்து திரிந்து பொழுதைப்போக்க வேண்டும் என்று எத்தனை நாட்கள்தான் திட்டம் போட்டிருப்போம்.

பாலா தனது காரைக் கொண்டு வந்தான்.

இப்படி எங்காவது உல்லாசமாக நண்பர்களுடன் சுற்றுவதென்றால் அவனுக்கு அலாதிப் பிரியம். வாரத்தில்

ஆறுநாட்களும் இயந்திரமாகிவிடும் எங்களுக்கு வாராந்த விடுமுறை வரப்பிரசாதம்தான். ஞாயிறு வந்தது. பாலாவின் காரில் ஏறும்போதே, 'மச்சான் இந்த புஷ்வோர்க்குக்கு இங்கத்தைய பெட்டைகள் வருமா?' எனக் கேட்டான் பிரேம்குமார்.

'பிரேம்குமார் எப்போதும் இப்படித்தான். ஏன்தான் இப்படி எரிச்சலூட்டுகிறானோ..? எங்கே போனாலும் அவனுக்கு ஏன் இந்த அற்பத்தனமான எதிர்பார்ப்பு.'

இத்தாலி, கிறீக், பிலிப்பைன்ஸ் என்று தான் ருசி பார்த்ததையெல்லாம் பட்டியலிட்டு வர்ணித்து வம்பளப்பதையே பொழுதுபோக்காக்கிக் கொண்டவனை இந்த உலாத்தலுக்கு அழைத்திருக்கக் கூடாதுதான்.

தானும் வருவதாகக் காரில் ஏறிக்கொண்டவனை எவராலும் தடுக்கவும் முடியவில்லை. 'பிரேம் வந்தால் கலகலப்பாக இருக்கும்'— அனுபவிக்க தயக்கமிருந்தாலும் அனுபவித்தவர்களிடம் கேட்டு ரசிப்பதில் ஏதோ இன்பத்தை நுகரமுடியுமென்ற ஆவல் பாலாவுக்கு.

பர்வூட் நெடுஞ்சாலையில் கார் விரையும்போது

கலகலப்புக்கு உண்மையிலேயே குறைவில்லைதான். பதுளை— பண்டாரவளை வீதியில் பறப்பது போன்ற உணர்வு.

ஒருவன் 'கண்டிக்குப் போகிறோம்' என்றான். மற்றும் ஒருவன், 'நுவரேலியாவுக்கு' என்றான்.

எங்கிருந்தாலும் சிந்தை இன்னமும் சர்வதேசப் புகழ்பெற்ற தாய்த் திருநாட்டில்தான்.

சென். கில்டாவுக்கு அருகே பெற்றோலுக்காக பாலா காரை நிறுத்தியபோது, 'முறிகண்டி.....முறிகண்டி வந்திட்டுது. இறங்குங்கோ. கச்சான் கடலை வாங்குவோம் 'சாம் உற்சாகம் மேலிட கூவியதைக் கேட்டு எழுந்த சிரிப்பலை ஃபொரஸ்ட்பார்க் வாயிலில்தான் ஓய்ந்தது.

பிக்னிக் வந்த குடும்பங்களைப் பார்த்து, 'கொடுத்துவைத்தவர்கள்'என்று வாழ்த்தினான் பாலாஇ

பிரியமாக வளர்க்கப்படும் நாய்கள், பூனைகள் அக்குடும் பங்களின் அங்கத்தினர்களாகவே காட்சியளித்தன.

மூலைக்கு மூலை மரக்குற்றிகளில் அமர்ந்து தழுவிக் கொண்டும், அலுப்புத் தட்டாமல் முத்தமிட்டுக் கொண்டுமிருக்கும் சோடிகளை பிரேம்குமாரின் கண்கள் வேட்டையாடுகின்றன.

‘மச்சான்.... இந்தத் தெற்கு திசையால் நடப்போம். ‘ஆங்கிலத்தில்’ பத்து நிமிட நடை என்று எழுதப்பட்டிருந்த பலகை நின்ற திக்கினைக் காட்டினான் சாம்.

மெல்பன் தாவரவியல் பூங்காவை அந்த நிலக்காட்சி நினைவுபடுத்தியது.

‘நான் கிழக்குத் திசைப்பக்கம் நடக்கிறேன். நீங்கள் அந்தத் திசையால் போங்க. எத்தனை நிமிடத்தில் மீண்டும் சந்திக்கிறோம் எனப்பார்ப்போம்’ என்ற எனது ஆவல் மீதூறிய ஆலோசனைக்கு அங்கீகாரம் கிட்டியது.

அவரவர் விருப்பத்தின் பிரகாரம் ஒவ்வொரு திசையிலும் திரும்ப முனைந்த போது, ஐந்து யுவதிகள் ஐஸ்கிறீமை சுவைத்தவாறு தெற்குத் திசையில் தோன்றினர்.

‘பாலா.... அந்தப் பக்கம் ஐஸ்கிறீம் பார் இருப்பது போலத் தெரியுது. நாங்களும் போய் வாங்கி வருவோம்.’

பிரேம்குமாரின் அவசரம் எனக்குப் புரிந்தது. அந்த யுவதிகளைக் கண்டதும் அவனுக்கு உற்சாகம் பிறந்திருக்க வேண்டும்.

முன்பு எங்கேயும் பார்த்திராத பல வர்ண கிளியொன்று ஒருத்தி சுவைத்துக் கொண்டிருந்த ஐஸ்கிறீம் குழலைத் தட்டி விட்டது. வாய்க்கும் இன்றி வயிற்றுக்கும் இன்றி அது பறந்து போனது.

இந்த எதிர்பாராத பறவையின் அடவாடித்தனம் அந்த யுவதிகளைச் சிரித்துக் கும்மாளமிட வைத்தது.

எல்லாம் சிவப்புத் தோல் சிங்காரிகள்தான். எந்தெந்த தேசமென்றும் தெரியவில்லை. கல்லூரி மாணவிகளா....? அல்லது அரசு வழங்கும் ஷோஸியல் செக்கியூரிட்டி பணத்தில் பொழுதைக் கழிக்கும் ஆரணங்குகளா....? தெரியவில்லை.

சில்லென்ற குளிர்ந்த காற்றுக்கும் நெடிதுயர்ந்த பைன் மரங்களுக்கும் மத்தியில் கண்ணுக்குத் தெரியாத பட்சிகள் எழுப்பும் இனம் புரியாத ஓசைகள் சிவரஞ்சனி ராகத்தை இசைப்பது போன்ற உணர்வைத் தந்தது.

பிரேம்குமாரும், சாமும், பாலாவும் தெற்குத் திசைக்கே போய்விட்டனர்.

‘ஒல்கா.... ஒல்கா.... ஐஸ்கிறீம் இழந்த ஒல்கா...‘பலவர்ணக்கிளியிடம் ஐஸ்கிறீமை இழந்தவளைப் பார்த்து அந்தத் தோழிகள் கிண்டல்

செய்கின்றனர்.

அவளும் சிரித்துக் கொண்டுதான் நிற்கிறாள்.

ஓல்காவா... அப்படித்தான் கேட்டது. நான் திரும்பிய கிழக்குத் திசையிலேயே அந்த யுவதிகளும் வருகின்றனர்.

தனிமையில் இனிமை காணும் உணர்வோடு நடக்கத் தொடங்கினாலும், பின்னால் தொடரும் யுவதிகளை நடை பாதையின் இருமங்கிலும் புதர்களை ஊடுருவி ஓடும் ஊற்று நீரை ரசிக்கும் பாங்கில் கடைக்கண்ணால் பார்த்துக் கொள்கிறேன்.

சில நிமிடங்கள் கரைந்திருக்கும். அந்த ஓல்கா மட்டும் மெதுவாக நடந்து வருகிறாள்; மற்றவர்கள்....?

ஊற்று நீரில் கால் நனைத்து விளையாட புதர்களுக்குள் புகுந்து விட்டனர் போலும்.

பட்டை பட்டையாகத் தோல்களை, அங்கி களைவதுபோல் உரித்துக்கொண்டு வாழும் பைன் மரங்களை குழந்தையை தடவுவது போல் மிருதுவாக தடவிக்கொண்டு வருகிறாள் அந்த ஓல்கா.

என்னருகே வந்ததும் முகத்தில் புன்னகை உதிர்ந்தது. சம்பிரதாயபூர்வமாக 'ஹவ் ஆர் யூ?' உதடுகள் சிந்தின.

'வெரி குட்.... நீங்களும் ஆசிய நாட்டவரா.? வித்தியாசமான நிறத் தோல் என்பதனால் தொடர்ந்த கேள்வியோ ?

'ஆம்.... ஸ்ரீலங்கா.... நீங்கள்..?'

'வியட்நாம்' குரலில் வீணைத் தந்தியின் நாதம்.

ஓ.... வியட்நாம். கண்டதில் மிக்க மகிழ்ச்சி.'

'இன்று உங்கள் நாட்டைப்போல் ஒரு காலத்தில் உலகப் புகழ் பெற்ற நாடு எங்கள் வியட்நாம்.'

தோளைக் குலுக்கிக் கொள்கிறாள்.

'உங்களுடன் வந்தவர்களை விட்டு விட்டு இப்படி தனியே நடக்கிறீர்களே...?' எனக்கேட்டேன்.

'இது திக்குத்தெரியாத காடில்லை. திக்குகள் தெரிந்த காடுதான்.

'ஆங்கிலம் அழுத்தம் திருத்தமாக உதிர்ந்தது.

'உலகப் புகழ் பெற்றநாடு' என்ற அங்கீகாரத்துக்குள் தன்

தாயகத்தை மட்டுமல்லாது, எனது நாட்டையும் சேர்த்துக் கொண்டிருக்கிறாளென்றால். இலங்கையைப்பற்றி இவளும் ஏதும் தெரிந்து வைத்திருக்க வேண்டும்.

பைன் மரத்திலிருந்து உரித்தெடுத்த மரப்பட்டையை முகர்ந்து ரசிக்கும் அவளின் தாமதம் என்னை எட்டி நடக்க விடாமல் தடுத்தது.

'உங்களின் பெயரென்ன?' அவளின் சிநேகிதிகள் 'ஓல்கா... ஓல்கா...' என அழைத்தமை நன்கு தெரிந்தும் கேட்டு ஊர்ஜிதப்படுத்திக் கொள்ளும் ஆவல் எனக்கு.

'வோல்கா'

'என்ன....? வோல்காவா....? ஓல்கா என்றல்லவா நினைத்தேன். உங்கள் சிநேகிதிகள், அந்தப் பறவையிடம் நீங்கள் ஐஸ்கிறீமை இழந்தபோது ஓல்கா என்றுதானே அழைத்தார்கள்.'

'ஓ ... அந்த வேடிக்கையை நீங்களும் பார்த்தீர்களா...? அவர்களின் உச்சரிப்பு உங்களுக்கு அப்படிக் கேட்டிருக்கிறது. என் பெயர் வோல்காதான்.' மீண்டும் வீணைத் தந்தி சுரமீட்டியது.

முகர்ந்த மரப்பட்டையை சலசலத்து ஓடும் தெளிந்த ஊற்று நீருக்குள் விட்டெறிந்து, அது மிதந்து நெளிவதை வைத்த கண் வாங்காமல் பார்த்தபடி, கைகளைக் கட்டிக் கொண்டு நின்றாள் வோல்கா.

'வோல்கா... எங்கேயோ கேட்ட பெயர். படித்த பெயர்.' நினைவுக்கு வராமல் விழித்தேன்.

'ஆம்.... எனது பெயர் வோல்கா.... நல்ல பெயரா. அது நதியின் பெயர். ஆனால், அந்த நதி வியட்நாமில் இல்லை. ரஷ்யாவில் தான் ஓடுகிறது, ஹொங்கா நதி, சைகோன் நதியென்றெல்லாம் எங்கள் நாட்டில் எத்தனையோ நதிகள் இருக்கும் போது, என் தந்தையார் அந்நிய நாட்டில் ஓடும் நதியின் பெயரைக் காரணத்தோடுதான் எனக்குச் சூட்டியதாகத் தாயார் அடிக்கடி சொல்வார். உங்களின் நாட்டில் நதிகளின் பெயரைப் பிள்ளைகளுக்கு வைப்பதுண்டா?' அவளின் அர்த்தம் பொதிந்த கேள்வி சுவாரஸ்யமான உரையாடலுக்கு வழி கோலியது.

'ஆமாம். கங்கா, காவேரி, யமுனா, நர்மதா... இப்படியெல்லாம் வைப்பார்கள்.' பெயர்களை அவள் புரிந்துகொள்ளத்தக்கதாக மீண்டும் மீண்டும் சொல்கிறேன்.

அவளும் உதடுகளைப் பிரித்து சொல்லிப்பார்க்கிறாள். முற்றிலும் மாறுபட்ட குரலிலிருந்து ஒலித்தன இந்திய நதிகள்.

'அந்த நதிகள் உங்கள் நாட்டிலா... ?'

'இல்லை. இல்லை. அண்டை நாடான இந்தியாவில் ஓடுகிறது.'

'உங்கள் நாட்டில் நதிகள் இல்லையா..?'

'ஏன் இல்லை. தாராளமாக உண்டு. மகாவலி, களனி....பட்டியலைத் தொடர்கிறேன்.

'இவ்வளவு நதிகள் இருக்கும்போது. அண்டை நாட்டு நதிகளை ஏன் சுவீகரித்துக் கொண்டீர்கள்...?'

'உங்களுக்கு, உங்கள் தந்தையார் ரஷ்யாவின் நதியை சூட்டியிருப்பதற்கு ஏதோ காரணம் இருப்பதாகச் சொன்னீர்கள். அதுபோல் எங்கள் மூதாதையர்களும் இந்தியாவிலிருந்து வந்தமையால், குறிப்பிட்ட நதிகளின் பெயர்களை தம் பிள்ளைகளுக்கு வைத்திருக்கலாம் இல்லையா...? '

'ஒஹோ. உங்கள் மூதாதையர்கள் இந்தியர்கள் என்று சொல்லுங்கள். அதனால்தானோ, இப்போதும் அங்கிருந்து உங்கள் நாட்டுக்கு மற்றவர்கள் வருகிறார்கள்...'

மற்றவர்கள் என்று யாரைக் குறிக்கிறாள் இவள்.?

'மற்றவர்களா.... யார்..?'

'அதுதான் சீருடை அணிந்த சிப்பாய்கள். ஆயுதம் ஏந்தியவர்கள்.' மீண்டும் தோளைக் குலுக்கி சிரிக்கிறாள்.

இவள் ஒரு மாணவியாக இருக்க வேண்டும். அல்லது ஏதேனும் துறையின் ஆராய்ச்சியாளராக இருக்க வேண்டும். இவள் ஐஸ்கிறீம் சுவைக்கும் போது இவள் மீது கொண்டிருந்த கணிப்பு அவுஸ்திரேலியாவின் விக்டோரியா மாநிலத்துப் பருவகாலத்தைப் போன்று படிப்படியாக மாறியது.

'நீங்கள் படிக்கிறீர்களா?'

'தாவரவியல் ஆராய்ச்சி மாணவி. இன்னும் ஒரு வருடம் பயிற்சி உள்ளது. இந்த புதர்க்காட்டுக்கு அடிக்கடி வருவேன். இன்று ஆராய்ச்சிக்காக வரவில்லை. இரசாயனவியல் படிக்கும் சக தோழிகளுக்காக, பொழுதைக் கழிக்க வந்தேன். இந்த நாட்டில் இப்படிப் புதர்க்காடுகளுக்குள் நடத்தல் என்பது நல்ல

பொழுதுபோக்காகக் கருதப்படுகிறது.'

'நீச்சல் விளையாட்டு, படகோட்டம்....இப்படியென்று நினைக்கிறேன். ஒரு மனிதனுக்கு உழைப்பு மட்டும் முக்கியமில்லை. ஓய்வும் முக்கியம். பொழுதுபோக்கும் அவசியமாகிவிட்ட தேசங்களில் நாளுக்கொரு பொழுதுபோக்குகளைத் தேடிக்கொள்ளும் மாந்தர்.'

'வாழ்க்கை குறுகியது. அதனால் அதன் இனிமையை அனுபவிக்கப் பழகிக்கொள்ளுங்கள் — என்ற ஆங்கிலப் பழமொழிக்கு இலக்கணமாகிய தேசம் இந்த நாடு'

மரங்கள் சடசடத்து, வீசிய குளிர்காற்றினால் எனது உடலில் சிறிது நடுக்கம், கைகளை நெஞ்சோடு அணைத்து இறுகக் கட்டிக் கொண்டேன்.

அவளை இந்தக் குளிர் எதுவும் செய்து விடவில்லை. புன்னகை தவழ என்னை விசித்திரமாகப் பார்த்தாள்.

'இந்த நாட்டின் சீதோஷ்ணம் உங்களுக்கு ஒத்துக் கொள்கிறதா..?' எனக்கேட்டாள்.

'என் கடவுளே... அதையேன் கேட்கிறீர்கள்....இந்தக் கண்டத்தின் பருவகால மாற்றங்கள் என்னை வதைக்கிறது. சில மாதங்களாக எனது கைகளும் விரல்களும் விறைக்கின்றன. பாவித்த மருந்துகளுக்கும் பலன் இல்லை'

நான் அனுபவிக்கும் துயரத்தைப் பகிர்ந்தேன்.

'கவலைப்படாதீர்கள்....இந்தக் கை, கால் விறைப்பு இங்கு பலருக்குண்டு. உங்களுக்காவது பருவகாலத்தினால் கைகள் விறைக்கின்றன. ஆனால், எனக்கோ வாழ்நாள் பூராவுமே வலது கை விறைத்துக் கொண்டுதானிருக்கிறது. எனது மரணத்தில்தான் அந்த விறைப்பும் ஓய்வுபெறும். என்னால் எந்த வேலையையும் இடது கையினால்தான் செய்ய முடியும்'

அவள் நீட்டிக் காண்பித்த வலது கையின் விரல்கள் இயற்கைக்கு மாறாக சூம்பிய நிலையில். வெளிறிப்போய் இருந்தன.

'இரண்டு கைகளையும் காட்டுங்கள்?' ஆர்வமுடன் நெருங்கினேன். இரண்டு கைகளையும் ஒருங்கு சேர்த்து நீட்டினாள்.

'தனித் தனியாகத் தொட்டுப்பாருங்கள்... வித்தியாசம் தெரியும்.' என்றாள் வோல்கா.

வலது கரத்தில் இயல்புக்கு மாறான குளிர்மையையும், இடக்கரத்தில் இயல்பான சூட்டையும் உணர முடிந்தது.

‘ஏதும் விபத்தா.... அல்லது பிறப்பிலேயே இப்படியா..?’

‘இல்லை.... இல்லை....அமெரிக்க விமானங்கள் பொழிந்த நேபாம் குண்டுகள் அளித்த முத்தங்கள்’

அதிர்ச்சியும் சோகமும் கலந்த நிகழ்ச்சியை வெகு சாதாரணமாக சொல்லத் தக்க மனப்பக்குவம் வளர்ந்துவிட்ட அவளை மனதுக்குள் வியந்தேன்.

‘ஹனோய் நகரில் நான் பிறந்து சில நிமிடங்களில் என் தாயும் தந்தையும் அளித்த முத்தங்களை அடுத்து, சில வாரங்களில் நேபாம் அளித்த முத்தத் தழும்புகள் இவை. நல்லவேளை.... என் பெற்றோரைப் போல்—அவை என் முகத்தில் முத்தம் பொழியவில்லை. பொழிந்திருப்பின்.....இன்று பெரும்பாலும் நான் இல்லைத்தான்.’

பக்கத்து வீட்டு ராஜேஸ்வரி காதல் தோல்வியினால் தற்கொலைக்கு முயன்ற சமயம் அவள் தேடிச் சென்ற மரணத்தை விரட்டியடிக்க உள்ளங்கையில் பிளேடினால் கீறி, கீறலிலிருந்து பிதுங்கிய இரத்தத்தில் சத்திய வாக்கு கேட்டு, இன்றும் அந்தப் பாசத் தழும்புடன் நிற்கும் நான் எங்கே...? பூமியில் வந்து விழுந்து பால் ருசி உணரு முன்பு நேபாம் குண்டுகளினால் வீரத்தழும்புகளை ஏற்றுக் கொண்ட இவள் எங்கே....?

பைன் மரம் போன்று நெடிதுயர்ந்து நிற்கும் அவளருகே கூனிக்குறுகிய சிறியவனாகிவிட்டேனா..?

‘எங்கள் நகரம் பாதிக்கப்பட்ட சமயம்தான் நான் பிறந்திருக்கிறேன். எனது தாயார் அப்பொழுது பட்ட துயரங்களை இப்போதும் கதை கதையாகச் சொல்வார்.’

‘உங்கள் தந்தை....?’

‘அவரா—? பாவம்—அதன் பின்பும் ஓய்வு எடுக்காத அமெரிக்காவின் பி—52 விமானம் வீசிய குண்டுகளில் பலியாகிப்போன பலருள் அவரும் ஒருவராகிவிட்டார். சடலத்தைக் கூட தாயார் பார்க்கவில்லையாம். அவரின் முகத்தைப் புகைப்படத்தில் தான் நான் பார்த்திருக்கிறேன். மலேஷியாவுக்கு அகதிகளோடு அகதிகளாகப் படகில் வந்து சேர்ந்து, பின்பு. இந்த நாட்டுக்கு வந்தோம்.’

‘மிகவும் மோசமான அத்தியாயங்கள்தான். இந்த அத்தியாயங்கள் இப்போது எங்கள் தாய் நாட்டிலும் தொடருகின்றதோ என்ற கவலைதான் எனக்கு இங்கு எப்பொழுதும்.’

‘ஆசியா... பாவம் செய்த கண்டம். இன்னமும் அதற்கு நிம்மதியில்லை. எங்கள் வியட்நாமில் தென்பகுதிக்கு உதவ வந்தவர்கள், வடபகுதிக்குள் ஊடுருவி புரிந்த நாசங்களை சொல்ல வார்த்தைகள் இல்லையென்று தாயார் சொல்லுவார். ஆசியாவின் ஊழ்வினையா?’

ஊழ்வினையில் இவளுக்கும் நம்பிக்கையா..? எதுவும் பேசத் தோன்றாமல் அவள் முகத்தையே பார்த்தேன்.

‘வியட்நாம், பங்களாதேஷ், கம்பூச்சியா, ஸ்ரீலங்கா... இப்படியே ஆசியாவில் சோகம் தொடருகிறதல்லவா...?’

இங்குள்ள பொதுசனத் தொடர்பு சாதனங்களினால் உங்கள் நாட்டில் என்ன நடக்கிறதென்பதை அறிகிறேன். ரஷ்யாவின் துணையால் வியட்நாமில் நிம்மதிப் பெருமூச்சு எழுந்தது. நாம் என்றாவது ஒரு நாள் அந்தப் பெருமூச்சை விடுவோம் என்று தந்தையார் சொல்லுவாராம். அதனால் எனக்கு வோல்கா எனப் பெயரிட்டதாகவும் தாயார் சொன்னார்கள்.’

அந்தப் பெயருக்குப் பின்னால் நின்ற கதையைக் கேட்ட போது.

கங்கா — காவேரி— யமுனா — நர்மதா — வற்றாத இந்த ஜீவநதிகள் பாரதப்பூமியின் செழிப்புக்காக ஓடிக்கொண்டிருக் கையில், தாய்த் திருநாட்டின் தவப்புதல்விகள், சகோதரிகள், கங்கா, காவேரி, யமுனா, நர்மதா உயிரைப் பாதுகாக்க, உயிரிலும் மேலான புனிதத்தைப் பாதுகாக்க எங்கெங்கே.

‘ஓடினார்களோ....? ஓடுகிறார்களோ....?’ நெஞ்சம் அடைக்கிறது. பொங்கிப் பெருகிய விம்மலை அடக்கினேன்.

‘என்ன.... பேசாமல் வருகிறீர்கள். என் கதையின் அதிர்ச்சியிலிருந்து இன்னமும் நீங்கள் மீளவில்லையா...?’

‘எங்கள் தாய்நாட்டை, எங்கள் மக்களை நினைத்தேன்.’

‘கவலைப்படாதீர்கள். இந்த பைன் மரங்களைப் போலத்தான் மனித வாழ்க்கையும். எந்த நிமிடமும் உரிந்து விழத் தயாரான நிலையில் அதன் மரப்பட்டைகள் அந்தரித்துக் கொண்டிருக்கின்றபோதிலும், அது நெடிதுயர்ந்து வளர்ந்து கொண்டுதானிருக்கிறது தன்னம்பிக்கையுடன். தான் நாளை வெட்டி வீழ்த்தப்பட்டாலும். மின் கம்பத்துக்கு உதவுவேன்—என்ற கம்பீரம் அதற்கு.’

‘எம்மைவிடப் பயன் மிக்கது இந்த பைன் மரம். அது செத்தாலும் மின்கம்பமாகும். நாமோ? ‘விரக்தி மேலிட சிரித்தேன்.

‘நாமா. நாம்.... பசளையாகின்றோம். இந்த மரங்களுக்கு.’

தோளைக் குலுக்கி, குலுக்கி சிரித்தாள் வோல்கா.

வீணைத்தந்தியில் புதிய நாதம்.

நாம் நடந்து சென்ற கிழக்குத் திசை நடைபாதை தெற்குத் திசையின் தொடக்கத்தில் முடிந்தது.

‘எனது சிநேகிதிகள் தேடப் போகிறார்கள். ஊற்று நீரில் கால் நனைப்பதென்றால் அவர்களுக்கு மிகவும் விருப்பம்.’

விடைபெற முயன்றவளைப் பிரிய மனமில்லாமல் ‘உங்களை மீண்டும் சந்திக்க விரும்புகிறேன். தொலைபேசி இலக்கத்தை தரட்டுமா?’

துண்டில் எழுதிக் கொடுத்ததை ஆர்வமுடன் பார்த்து விட்டு, கைகுலுக்கி விடை பெற்றாள் வோல்கா. என் கையும் குளிர்ந்தது.

தெற்குத் திசையின் தொடக்கத்தில் என் வரவுக்காக காத்து நின்ற நண்பர்களை நோக்கிக் கையசைத்தவாறு செல்கிறேன்.

‘மச்சான்.... புதர்க் காட்டுக்குள்ளே... திருவிழாவா.... மறைந்து நின்று எல்லா வேடிக்கையும் பார்த்தோம் ‘பாலா ஏதோ பார்க்காததைப் பார்த்துவிட்ட புளகாங்கிதத்துடன் பேசுவதாகப் பட்டது எனக்கு.

காரில் ஏறும் போது ‘எப்படி மச்சான்....? அந்த வியட்நாம் சரக்கு....? ‘உதட்டை நெளித்துக் கொண்டு கேட்ட பிரேம் குமாருக்கு, ‘அவள் சரக்கு அல்ல, சகோதரி’ என்றேன் வெகு நிதானமாக.

வௌவால்கள்

நடேசன்

மனம் புனிதமற்றது. குழந்தைகளுக்கு விலக்கு அளிக்கலாம்.

கொலை, பாலியல் வன்முறைகள், வஞ்சனைகள், திருட்டுகள் என பல குற்றச் செயல்கள் கணத்துக்கு கணம் முளைவிடும் அநியாய பூமி எமது மனவெளியே. அங்குதான் புவியில் நடக்கும் அநியாயங்களின் விதைகள் முளைப்பதற்கான தருணம் பார்த்துக் காத்திருக்கின்றன. மனத்தில் குமிழ்விட்டு உடையும் அழுக்கான எண்ணங்களுக்கு மதம், நாகரிகம், கலாசாரம், சட்டமெல்லாம் உறைபோட முடியாது. மனத்தில் ஏற்படும் எண்ணங்களை மறைக்க நாம் நினைத்தாலும் முடியாது. நாம் எல்லாருமே வெள்ளை வேட்டி கட்டிய விலங்குகளே.

அடிக்காவிற்கு வருவோம். பெண்களில் ஒரு கிலோ கூடிவிட்டால் உண்ணாவிரதம், உணவு மாற்றம், ஜிம்னாசியம் என ஓடித்திரிபவர்கள் பலரை எனக்குத் தெரியும். உடலமைப்பில் மாற்றம் செய்வதற்கு எவ்வளவு பணம் செலவிடுவார்கள்! புதிதாக, அறுவைச் சிகிச்சைப் பிரிவே உள்ளது. அதுபோன்று எடை குறைப்பு, உலகில் கப்பல் போக்குவரத்து, விமான சேவை போன்று ஒரு முக்கியத் தொழிலாகி விட்டது. வைத்தியர்கள், நியூறிசனிஸ்ட் உட்பட கோடிக் கணக்கானவர்கள் வேலைசெய்யும் பன்னாட்டு வர்த்தகமாக மாறியுள்ளது.

அதேபோன்று எந்தக் கவலையற்றும் இருவரது எடையைத் தனி ஒருவராகச் சுமந்தபடி நடமாடுபவர்களையும் கண்டிருக்கிறேன். அவர்களுக்கு உணவு, மன அழுத்தம், ஓமோன் என பல காரணங்கள் உள்ளது என அறிந்தாலும் மனத்தில் அவர்கள் எதிரே வரும்போது 'அட இப்படியா' என்ற எண்ணம் தோன்றும். என் போன்று சிறிது மருத்துவ அறிவுள்ளவர்களாக இருந்தால், தலையின் உள்ளே அவசரமாக ஒரு சிறிய ஆய்வுக்கூடம் அமைத்து, அங்கு ஓமோன்களையும் அவர்களின் உணவுகளையும் ஆய்வுசெய்து காரணத்தை அறிய முயல்வோம்.

ஆனாலும், உடல் பருமனுக்கும் நான் சொல்லவரும் கதைக்கும் நேரடிச் சம்பந்தம் இல்லை. அடிக்கா, உடல் பருமனைத் தவிர

மற்றும்படி அழகான பெண். வட்டமான சிரித்த முகம்; நீலக் கண்கள்; செந்நிறமான கூந்தல். மூழ்கவிருக்கும் படகிலிருந்து அவசரமாக நீரை வெளியே அள்ளிக் கொட்டுவது போன்ற பேச்சு. மற்றும்படி எல்லாவற்றிலும் சாதாரணப் பெண்ணாகவே தோன்றினாள்.

இதுபோல் சிறிய மிருகவைத்தியசாலையில் நேர்சாக வருவதற்கு மாடல் அழகிபோல் உடல் இருக்கத் தேவையில்லை. மிருகங்கள்மீதான நேயமே முதற் தகுதி. மற்ற விடயங்களைக் காலப்போக்கில் கற்றுக் கொள்ளலாம். இந்த நேர்சிங் தொழிலில் நாய்களை உயரமான மேசைகளுக்குப் பரிசோதனைக்குத் தூக்குவதற்கும், தனியறைகளுக்குக் கொண்டு செல்வதற்கும் உடற்பலம் தேவை. சில இன நாய்கள் அறுபது கிலோ இருக்கும். அவற்றுடன் வேலைசெய்ய குறைந்தபட்ச உடற் பலமிருந்தால் போதுமானது என்ற எண்ணத்துடன் அவளுடன் உரையாடினேன்.

ஒரு கிழமையில், ஒரு நாள் மட்டும் நான் வேலை செய்யும் சிறிய விலங்கு மருத்துவ சிகிச்சை நிலையம். நான் முக்கியமான சத்திர சிகிச்சைகள் செய்தாலும், நானும் அந்தப் பெண்போல மணித்தியாலத்திற்கு வேதனம் என வேலை செய்பவன் என்பதால், உடன் வேலை செய்பவர்களுடன் பேச்சு கொடுத்து அவர்களை நட்புடன் அறிந்துகொள்ள வேண்டும். அவுஸ்திரேலியா... வயதோ, பதவியோ வித்தியாசமற்றுப் பெயரிட்டு அழைத்துக்கொள்ளும் சமத்துவ பூமி.

நான் வார்த்தைகளால் தூண்டில் போட்டு அடிக்கா என்ற அந்தப் பெண்ணிடமிருந்து அறிந்தவை அதிகமில்லை. அவளது பூர்வீகமான வேலை பற்றி அறிந்தேன். இதுவரை விடுமுறையில் போவோரின் பூனைகளைப் பராமரிக்கும் ‘கற்றறி’ என்ற இடத்தில் வேலை செய்தவள். நாய்களிலும் பார்க்க பூனைகளை நேசிப்பவள். அவளிடம் ‘கிளியோ’ என்ற கருப்பு வெள்ளைப் பூனை ஒன்று உள்ளது. எவரும் விடுமுறைக்குச் செல்லாத கொரோனா காலத்தில் அங்கு ஆட்குறைப்பு செய்ததால், அவளது வேலை போய்விட்டது. புதிதாக வேலை தேடியபோது, இந்த மிருகவைத்திய சாலையில் பகுதிநேர வேலை, ஒரு ஏஜென்சி மூலம் கிடைத்தது.

மிருகங்களுக்கு வைத்தியம் பார்க்கும்போது மனிதர்களிடம் போல கேள்வி கேட்டு விடயங்களை அறிந்துகொள்ள முடியாது. அவற்றின் உடல்மொழியில் தெரியும் மாற்றங்களை, அதன் உரிமையாளரிடம் கேட்டறிந்தும், நாம் அவதானித்தும் அறிந்துகொள்ள வேண்டும்.. பல வருடங்கள் மிருக வைத்தியராக வேலை செய்ததால்

பெற்றுக்கொண்ட அறிவை வைத்து, மனிதர்களை அவதானிக்கும் தன்மை என்னையறியாது என்னில் தஞ்சமடைந்து விட்டது. மனிதர்கள் அடிப்படையில் இன்னமும் இரண்டுகால் மிருகங்கள் தானே?

நான் ஒருமுறை பாத்ரூம் போனபோது அங்கிருந்து என்னெதிரே இரண்டு கண்களில் விளக்கு எரியும் பிரகாசமான முகத்துடன் அடிக்கா வந்தாள். இதுவரை உபாதையை அடக்கியபடி வேலை செய்துவிட்டு வந்திருக்கிறாள் என நினைத்தேன். அதன்பின்பு சிலமணி நேரத்தில் இருமுறை பாத்ரூம் போய்வந்ததை கவனித்தேன். சாதாரணமானவை என என் மருத்துவ மூளையால் புறந்தள்ள முடியவில்லை. ஒன்று சலரோகமாக இருக்கலாம் அல்லது ஏதாவது மருந்துகளது பக்கவிளைவாகவும் இருக்கலாம்.

அன்று காலையில் ஒரு சிறிய மால்ரிஸ் இனநாயை ஒரு இளம் தாயும் இரு பிள்ளைகளும் கொண்டு வந்தார்கள். 'பிங்கோ' என்ற பெயருள்ள அந்த நாய் திடீரென வாந்தி எடுப்பதாகச் சொன்னார்கள்.

பிங்கோவின் வயிற்றை விரல்களால் தடவிப் பரிசோதித்துப் பார்த்துக்கொண்டே 'ஏதாவது கொடுத்தீர்களா?' என்று தாயிடம் கேட்டபோது 'இல்லை' என்றார். எக்ஸ்ரே எடுத்துப் பார்த்தபோது அங்கு இரண்டங்குலம் அளவில் செம்மறி ஆட்டின் கால் எலும்புத் துண்டு என்னைப் பார்த்துச் சிரித்தது. எக்ஸ்ரேயைக் காட்டிக் கேட்டபோது, தாயும் மகனும் எலும்பு கொடுத்ததை மறுத்துவிட்டதுடன் எங்காவது குப்பைக் கூடையைக் கிளறி அங்கிருந்து பொறுக்கி யிருக்கலாம் என்றனர். நாங்கள் சுத்தமான சூசைப் பிள்ளைகள் என்பது அவர்கள் கதை!

சில கணங்களில் அமைதி பளிங்குத் தரையில் விழுந்த கண்ணாடிப் போத்தலாகச் சிதறி உடைந்தது. அந்தத் தாயுடன் வந்திருந்த ஏழு வயதான சிறுமி, திடீரென பாடசாலையில் ஆசிரியருக்கு உயர்த்துவதுபோல் இரண்டு கைகளையும் உயர்த்தி 'பாட்டி கொடுத்ததை நான் பார்த்தேன். நான் தடுத்தேன். ஆனால், அது ஒன்றும் செய்யாது என்று பாட்டி சொன்னார்கள்' எனத் திருவிழாக் கூட்டத்தில் யாரோ ஊசியால் குத்திய பலூனாக வெடித்தாள்.

நான் சிரித்தேன். குழந்தைகளுக்குப் பொய் சொல்லத் தெரியாது என்ற எண்ணம் மின்னி மறைந்தது.

'எனது அம்மா கொடுத்திருக்கலாம். எங்களுக்குத் தெரியாது.' ஒப்புதல் வாக்குமூலம் தாயிடமிருந்து வந்தது.

‘இந்த எலும்பு பெரிதானது மட்டுமல்ல, அதன் முனைகளும் கூரானது. குடலை வெட்டித் தாமதிக்காது எடுக்க வேண்டும்’ என்றேன்.

அவர்கள் சம்மதித்து எங்கள் பொறுப்பில் பிங்கோவை விட்டுச் சென்றார்கள்.

ஏற்கெனவே வழமையாக வேலை செய்யும் ஷரன் கடமைக்கு வந்தபோதிலும் பிங்கோவைப் பரிசோதனை அறையிலிருந்து சேர்ஜரி தியேட்டருக்குள்ளே எடுத்து வரும்படி அடிக்காவிடம் கூறினேன். அவள் அதனது கழுத்தில் வலது கையை வைத்துத் தூக்க முனைந்தபோது, ‘பூனைகளைக் கழுத்தில் பிடித்துத் தூக்கலாம். ஆனால், நாய்களைக் குட்டியாக இருந்தாலும் அவ்வாறு தூக்கக் கூடாது. அவற்றின் கழுத்தில் வலிக்கும். சில நேரத்தில் கழுத்தே முறிந்துவிடும்’ என்றேன். அப்போது அடிக்காவின் கன்னக்கதுப்பு பழுத்துச் சிவந்தது .

அவள் பூனைகளை மட்டும் தூக்கிப் பழகியதால் வந்த பழக்கம் என நினைத்து, பிங்கோவின் வயிற்றின் கீழ் எனது ஒரு கையை வைத்து மறுகையை முதுகில் வைத்துத் தூக்கிக் காட்டி, இவ்வாறு தூக்கிக்கொண்டு தியேட்டருக்கு வரும்படி அடிக்காவிடம் சொன்னேன்.

தனக்கு நடக்கப்போவதை அறியாத பிங்கோ அந்த மேசையில் வாலை ஆட்டியபடி எனது கையை நக்கியது. தியேட்டர் மேசையில் வைத்து ஊசியிலிருந்த மயக்க மருந்து கொடுத்து மயக்கினோம். தொடர்ச்சியாக வாயு மயக்க மருந்தும் ஒட்சிசனும் கொடுப்பதற்கு அதன் தொண்டைக்குள் சுவாசத்திற்கான குழாயை உட்செலுத்த முயன்றபோது அங்கும் தவறாக அதன் கழுத்தை அடிக்கா உயர்த்துவதைக் கண்டதும், அடிக்காவிடம் நாயின் வாயைத் திறந்து மேல் கடைவாயில் விரல்களால் பிடித்துக் கழுத்தை உயர்த்தும்போது தொண்டை, வாய் என்பன நேர்கோட்டில் வருமென விளக்கினேன்.

அப்படியே அவள் செய்தபோது குழாயைச் செலுத்தி ஒட்சிசனைக் கொடுத்தேன். சத்திர சிகிச்சைக்குரிய மற்றைய விடயங்களை நான் செய்துவிட்டு, வயிற்றுப்பகுதி மயிரை இப்பொழுது வழிக்க வேண்டும் என்றேன். அங்கும் எப்படித் தோலோடு சமாந்திரமாக கிளிப்ரைப் பிடிக்க வேண்டும் என்று சொல்லிக்கொடுத்தேன்.

ஏற்கெனவே நான் செய்யச்சொன்ன விடயங்களைச் செய்ததால் அடித்து வெளுத்தபின் சுருங்கிய பருத்தி சேலையாக அடிக்காவின் முகம்.

அவளைப் பார்த்துப் பரிதாபப்பட்டு, சிரித்துவிட்டு 'இன்று உன்னைத் துன்புறுத்திவிட்டேன். இதுவரையும் செய்தது போதுமானவை. மிகுதியை அடுத்த கிழமை பார்க்கலாம்.'

வயிற்றுப் பகுதியை அல்ககோல் கொண்டு சுத்தப்படுத்த மட்டும் ஷரனை அழைத்தேன். வயிற்றைச் சுத்தமாக்காது போனால் நோய்த் தொற்று வந்துவிடும் என்பதால் அந்த வேலையை அடிக்காவிடம் சொல்லவில்லை.

'முதல் நாளிலே உன்னைக் கஷ்டப்படுத்திவிட்டேனா' என மீண்டும் கேட்டு, எனது குற்ற உணர்வில் சிறிது தைலம் தடவினேன்.

மெதுவான சிரிப்புடன், 'பழக வேண்டிய விடயங்களே..' என்றாள்.

இப்போது அந்த நாய் பிங்கோ, மேசையில் மயங்கிய நிலையில் ஒழுங்கான சுவாசத்துடன் எனது சேர்ஜரிக்குத் தயாராக இருந்தது.

நான் எனது கையைக் கழுவிச் சுத்தப்படுத்தி விட்டு, பிளேட் தரும்படி மீண்டும் அடிக்காவைப் பார்த்தேன்.

அடிக்கா திருதிரு என முழித்தாள்.

அப்பொழுது ஷரன் பிளேட்டை எடுத்து உறையை இரண்டாக விரித்து எனது கையில் பிளேடை, அவள் கைபடாது என்னிடம் தந்தபோது 'அடிக்கா, இப்படித்தான் தர வேண்டும்' என்றேன்.

அதன் பின்பு எனது கருமத்தில் கண்ணாக இருந்தேன். நான் பிங்கோவின் வயிற்றில் வெட்டி அதனது பெரும் குடலின் ஆரம்பத்தில் அடைத்திருந்த எலும்புத் துண்டை எடுத்தபோது அது இரண்டு துண்டுகளாக வந்தது. நல்லவேளையாக குடலில் எதுவித பாதிப்பும் இல்லை. புதிய நேர்ஸாக அடிக்கா இருந்ததால் வழமையான நேர்ஸான ஷரனும் உதவியாக நின்றாள்.

அடிக்காவுக்கு பயிற்சியளிக்க, எனக்குத் தேவையான சேர்ஜரிக்கான பல உபகரணங்களை அவளிடமே தொடர்ந்து கேட்டபடி யிருந்தேன். எலும்பை எடுத்துவிட்டு இறுதியில் குடலைத் தைப்பதற்கு நூலைக் கேட்டேன்.

அதை எடுத்துத் தந்ததும், அதனது அலுமினியம் உறையைப் பிரித்துத் தைத்துவிட்டுத் தொடர்ந்து தசை, தோல் என்பவற்றை வேறாகத் தைத்தேன். கிட்டத்தட்ட எனது வேலையைத் திருப்தியுடன் முடிக்கும் நேரத்தில், அடிக்கா 'குடலைத் தைப்பதற்குச் சரியான அளவுள்ள நூலைத் தந்தேனா' என்றபோது அவள் முகத்தில் குழப்பம் கரிக் கோடுகளை பிக்காசோபோல் வரைந்திருந்தது.

'அப்படித்தான் நினைக்கிறேன். இல்லையென்றால் உறையைப் பிரித்தபோது எனக்குத் தெரிந்திருக்கும். உடனே திருப்பிக் கேட்டிருப்பேன்' என்றேன் உறுதியாக.

அடிக்கா கண்களை அகலமாக விழித்தபடி, 'எனக்கு சந்தேகமாக உள்ளது' என்றபோது குளிரூட்டப்பட்ட அந்த தியேட்டர் அறையில் வேர்வைத் துளிகள் அவளது முகத்தில் உழுது விதைத்த வயலாக விளைந்திருந்தன.

அதைப் பொருட்படுத்தாது நான் எனது வேலையை முடித்துவிட்டு, வேறு எதாவது எலும்பு தங்கியிருக்கிறதா எனப் பார்ப்பதற்கு, மார்ஸ்சை மீண்டும் எக்ஸ்ரே எடுத்தேன். அதைச் செய்வதற்கு ஷரன் உதவினாள்.

இரண்டு மணித்தியால வேலையை முடித்துவிட்டு, ஒரு கோப்பியைத் தயாரித்துக் குடித்தபடி மீண்டும் தியேட்டருக்கு வந்தபோது அடிக்கா, நான் குப்பைகளைப் போட்ட அந்தக் கூடையைக் கிளறியபடி நின்றாள்.

'என்ன தேடுகிறாய்?'

'இல்லை.. நான் தந்த நூலின் மேலுறையைத் தேடுகிறேன்' என்றாள் அடிக்கா. 'குடலைத் தைப்பதற்குச் சரியான அளவுள்ள நூலைத் தந்தேனா..?' எனத் தொடர்ந்து கேட்டாள். அவள் முகத்தில் குழப்பம் கோடுகள் வரைந்திருந்தது.

'அப்படித்தான் நினைக்கிறேன். இல்லையென்றால் உறையைப் பிரித்தபோது எனக்குத் தெரிந்திருக்கும். உன்னிடம் திருப்பிக் கேட்டிருப்பேன்' என வார்த்தைகளை அழுத்தமாக அடிக்கோடிட்டுச் சொன்னேன்.

கண்களை அகலமாக விரித்தபடி என்னைப் பார்த்து 'எனக்கு சந்தேகமாக உள்ளது' என்றபோது அவளது கண்களின் இமைகள் அடிபட்ட பறவையின் சிறகுகளாகத் துடித்தன.

ஏன் இவள் இப்படி இருக்கிறாள் என்ற எண்ணம் ஏற்பட்டபோதும், அதைப் புறந்தள்ளி எனது வேலையை முடித்துவிட்டு நான் செய்தவற்றை கம்பியூட்டரில் எழுதினேன். அதை முடித்து அரைமணி நேரத்தில், மீண்டும் தியேட்டருக்கு வந்தபோது அடிக்கா நான் குப்பைகளைப் போட்ட அந்த பிளாஸ்ரிக் கூடையை மீண்டும் கிளறியபடி நின்றாள்.

'என்ன தேடுகிறாய்?'

‘இல்லை, நான் தந்த நூலின் மேலுறையைத் தேடுகிறேன்’ என்றாள் மீண்டும்.

நான் எனது குரலில் மெதுவான கோபத்தைப் படரவிட்டபடி ‘அதைப்பற்றிக் கவலைப்படாதே. வேலை முடிந்தது. நீ தவறு விட்டிருந்தால் நான் கண்டுபிடித்திருப்பேன். அதற்கும் மேலாக ஏதாவது தவறு நடந்திருந்தால் அதற்கு நானே பொறுப்பேற்பேன். நீ கவலைப்படாதே’ என்றேன்.

இதைக் கேட்டபடி அங்கு நின்ற ஷரன், ஒரு புன்னகையைப் பல்லிடுக்குகளின் வழியாக உதிர்த்தாள்.

எனது பதிலில் அடிக்காவுக்குத் திருப்தி இல்லை என்று தெரிந்தது.

நான் எனது வேலையை முடித்துக்கொண்டு வெளியேறும் தருணத்தில் ‘என்னை மன்னிக்க வேண்டும். நான் மீண்டும் ஒருமுறை என்னை உறுதிப்படுத்த விரும்புகிறேன்’ என்றாள்.

அதுவரையும் பொறுமையாக பதில் சொன்ன எனக்கு மனத்தில் எரிச்சல் வந்தது. ஆனாலும் பொறுமையுடன் ‘கவலைப்பட வேண்டாம்’ என்று பதில் கூறிவிட்டு வெளியேறினேன்.

எனது மனத்தில், இந்தப் பெண்ணிடம் ஏதோ குறையுள்ளது எனத் தோன்றியது. ஆனால், அதன்பின்பு அடிக்காவை நான் நினைக்கவில்லை.

அடுத்த கிழமை நான் மீண்டும் வேலைக்குச் சென்றபோது எனக்கு அதிர்ச்சி காத்திருந்தது. அந்தப் பெண்ணைத் தேடினேன். ‘ஏன் அடிக்கா இன்று வரவில்லை?’ என்று ஷரனிடம் கேட்டேன்.

ஷரன் ‘அது சேக்ஷ்பியரின் துயர நாடகமாக அரங்கேறியது’ என்றபடி விவரித்தாள்.

‘நான் வேலைமுடித்துப் போவதற்கு வெளியே போய், வாகனத்திலிருந்து எனது மகனுக்கு போன் பண்ணிக் கொண்டிருந்தபோது, கிளினிக் திறந்திருந்தது போன்ற உணர்வு ஏற்பட்டதால் திரும்பிவந்தேன். அப்போது அடிக்கா மீண்டும் வெளியே போடப்பட்ட குப்பையைக் கிளறியபடியிருந்தாள். என்னைக் கண்டதும் திடுக்கிட்டு நிமிர்ந்தாள்.

‘அடிக்கா என்ன நடந்தது?’

தயங்கியபடி ‘நான் சரியானதைக் கொடுத்ததாகத் தெரிந்தாலே நான் இன்று தூங்கமுடியும். அதற்காகவே முயற்சி செய்கிறேன்.’

'ஏன் இப்படி பதற்றப்படுகிறாய்? கவலைப்படாதே. இது பிரச்சினையல்ல.'

'தற்பொழுது நான் சில மருந்துகள் எடுக்கிறேன். அந்த மருந்தின் காரணமாகச் சில விடயங்கள் நினைவில் நிற்பதில்லை. எனது தவறால் ஒரு பிரச்சினையும் வரக்கூடாது' என்று அவள் சொன்னபோது கண்களில் கண்ணீர் நிரம்பியது.

'கவலைப்பட வேண்டாம்' எனச் சொல்லி அனுப்பினேன்.

அதன் பின்பு, நான் அவளது நிலையை அறிவதற்கு அவளது வீட்டுக்கு போன் பண்ணினேன்.

'நான் உனது கணவருடன் பேசமுடியுமா?'

'மத்தியூ இப்பொழுது நித்திரை. ஏன்?'

'கொஞ்சம் உனக்கு ஆறுதலாகப் பேசச்சொல்ல வேண்டும்.'

'அதுபற்றிக் கவலைப்பட வேண்டாம்' என்றாள்.

அடுத்த நாள் எடுத்தபோது, மீண்டும் மத்தியூவைக் கேட்டேன்.

மத்தியூ தூங்குவதாகச் சொல்லிவிட்டு, அவள் தனது சிமாட் போனில் வீடியோ காட்டியபோது ஓர் உருவம் தெரிந்தது. ஆனால், அந்த உருவத்தின் மீது ஒரு கறுப்பு வெள்ளைப் பூனை படுத்திருந்தது. அத்துடன் அந்த உருவம் மாஸ்க் போட்டிருந்தது.

எனக்கு சந்தேகம். அப்படி ஒரு கணவன் இருப்பது உண்மையா? ஆனால், உறுதிசெய்ய முடியாது.

அந்த விடயத்தை நான் பொஸ்சிடம் (கிளினிக் உரிமையாளரிடம்) சொல்லியபோது இருவரும் அடிக்காவை அழைத்துப் பேசினோம்.

தனது இம்பொஸ்ரர் சிண்ரோம் (Imposter sydnrome) என்ற மனவியாதிக்கு மருந்தெடுப்பதாகக் கூறினாள்.

இங்கு பல மருந்துகளோடு வேலை செய்வதும், மிருகங்களுக்கு மருந்துகள் கொடுப்பதுமான இடத்தில் வேலைக்கு வைத்திருப்பது கடினமானது எனச் சொல்லியதால் அழுதபடி விலகிச் சென்றாள்' என ஷரன் முடித்தாள்.

இந்தளவு விடயங்கள் ஒருநாளில் நடந்திருக்கிறதே என எனக்கு ஆச்சரியமாக இருந்தது. முந்திய கிழமை போன்று இலகுவாக அடிக்காவை மறக்கமுடியவில்லை.

இம்பொஸ்ரர் சிண்ரோம், என்பது என்னவென அறிந்தபோது, செய்யும் விடயங்களில் நம்பிக்கை ஏற்படாத மனநிலை. அத்துடன் தற்காலச் சமூகத்தின் எதிர்பார்ப்புக்கு ஏற்ப நான் இல்லை என்பதே. அத்துடன் தொடர்ச்சியாக இந்த மனநிலை மனஅழுத்தத்தில் கொண்டு தள்ளும் என்று அறிந்தேன்.

பூனைகளுக்கு உணவளிப்பது, சுத்தம் செய்வது என்று கற்றரியில் தொடர்ச்சியாக ஒரேமாதிரி வேலையைச் செய்துகொண்டிருந்தால் இந்தப் பிரச்சினை அடிக்காவிற்குப் பெரிதாகியிராது.

அந்த வேலையிலிருந்து இங்கு வந்தபோது, நான் பெரிய வேலைகளைச் செய்வித்து அதன்மூலம் அவளைப் பயிற்சியளிக்கிறேன் என நினைத்து முன்னே எம்பித் தள்ளியதும் ஒரு காரணமாக இருக்கலாம்.

சில பெற்றோர் தங்கள் பிள்ளைகளிடம் பெரிதாக எதிர்பார்க்கும்போது அது எதிர்விளைவைக் கொடுக்கிறது. பிள்ளைகளால் பெற்றோர் எதிர்பார்ப்பைச் சமாளிக்க முடியாது போய்விடுகிறது.

அடிக்காவின் நிலைக்குக் கொரோனாவால் வேலையற்றுப் போனது காரணமா அல்லது புதிய வேலையில் அவளை உடனடியாக இறக்கிய நான்தான் காரணமா?

அடிக்கா என்ன நினைப்பாள்? இதுவரை வஞ்சகமில்லாது வளர்ந்திருந்த அவளது உடலை மனத்தில் ஆய்வுசெய்த நான், அவளது மனத்தை அறிய முனைந்தேன்.

ஒவ்வொருவரது மனக்குகையிலும் எப்படியான வவ்வால்கள் குடியிருக்கும்? அவை செட்டை விரித்துப் பறக்குமா? ஒரே இடத்தில் குந்தியிருக்குமா? ஒன்றுடன் ஒன்று மோதுமா? இல்லை, ஒன்றோடு ஒன்று புணருமா? அந்தக் குகைக்குள் என்னால் நுழைய முடியுமா?

நான் ஏன் இந்த வேலைக்குப் போயிருக்க வேண்டும்? மீண்டும் கற்றறி திறக்கும் மட்டும் அரசின் உதவிப்பணம் கிடைத்திருக்கும். வீணாக அவசரப்பட்டேன்? உதவிப் பணம் கிடைக்குமென எப்படி இருபத்திநாலு மணிநேரமும் வீட்டிலிருப்பது? நான் குப்பையைக் கிளறாது இருந்தால் இந்த வேலை போயிராது. ஏன் செய்தேன்? எனது மருந்துகள் என்னைக் கைவிட்டுவிட்டனவா?'

இப்படி அவள் சிந்திப்பாளா?

அடிக்காவின் நினைவுகள் என் மனத்தில் தொடர்ச்சியாக அரித்துக்கொண்டிருந்தன.

சில நாட்களின்பின்பு நான் கிளினிக் சென்றபோது அடிக்கா தனது வீட்டைக் கொளுத்தி விட்டதால் வைத்தியசாலையில் அனுமதிக்கப்பட்டிருக்கிறாள் என்ற செய்தியை அறிந்தபோது ஆச்சரியத்தில் முழுக் கதையையும் சுரண்டினேன்.

இரவு அவசரசேவைப் பிரிவுக்கு ஒரு செய்தி வந்தது. வீட்டில் நெருப்பு பற்றிவிட்டது. அங்கு சென்றவர்கள் நெருப்பை அணைத்துவிட்டு, உள்ளே ஆராய்ந்தபோது பெரிய ரப்பர் பொம்மை பாதி கருகியபடி கட்டிலில் இருந்தது. அது எப்படி நடந்தது என விசாரித்தபோது 'எனது கணவன் என்னைத் தாக்கியதால் நான் அவரைக் குத்திவிட்டேன். அவரது உடலை எரித்து அழிக்க முயன்றேன்' என பதில் வந்தது. அதன்பின் விசாரணையில் எக்காலத்திலும் அடிக்காவுக்கு ஆண் துணை இருக்கவில்லை என்பது தெளிவாகியது.

'அப்படியாயின் மத்தியூ என்பது யார்?'

'அடிக்கா அப்படியான ஒரு கற்பனையில் வாழ்ந்துள்ளாள்.'

'அடிக்காவிற்கு என்ன நடக்கும்?'

'வைத்தியசாலையில் வைத்துள்ளார்கள்.'

'உறவினர்கள்?'

'பெற்றோர் இருக்கிறார்கள். ஆனால், அவர்களால் ஏதும் செய்யமுடியாது.'

'இது எப்போது நடந்தது?'

'கடந்த புதன்கிழமை. அதாவது எங்களிடம் வேலை செய்தபின்னர் வந்த அடுத்த புதன்கிழமை.'

எனது மனத்தில் தொடர்ச்சியாக வௌவால்கள் பறக்கத் தொடங்கின.

ஒரு வீடு இருவேறு உலகம்

எஸ். கிருஸ்ணமூர்த்தி

நாதனது நா தனது கன நாள் ஆசை இப்போதுதான் நிறைவேறியுள்ளது. அவுஸ்திரேலியாவில் காணி வாங்கி பெரிய மாடி வீடு கட்ட வேண்டும் என்பது அவனது இலட்சியம். அவனும் மனைவியும் மாறி மாறி உறக்கமின்றி கடுமையாக உழைத்துக் காசு கட்டுவித்தான். வீட்டைக் கட்டிப் போட்டு சும்மா இருந்தால் நிலம் வாங்கி அதில் ஒரு அழகிய பெரிய மாடி வீடொன்று அதில் என்ன சுகம் இருக்கிறது? நாலு சனம் வந்து வீட்டைப் பார்த்தால் தானே கஸ்டப்பட்டதன் பலன் கிடைக்கும். பார்த்த நாலு சனம் பார்க்காத நாலு.சனத்திற்கு சொல்ல அந்த பார்க்காத நாலு சனம் இன்னும் பத்துப் பேருக்கு சொல்ல நாதனது வீட்டைப் பற்றிய நியூஸ் கொஞ்ச நாளாவது மெல்பேண் தமிழ் சனத்துக்குள்ளே பரபரப்பாக உலாவும். வீடுகுடிபூர்வை என்று யாழ்பாணத்து பாசையில் சொல்லப்படும் கிரஹப்பிரவேசத்திற்கு நண்பர்களை அழைத்து விருந்துவைப்பதில் நாதனுக்கு உடன்பாடு இல்லை. ஊரிலை சிம்பிளாக பால் காச்சி வீட்டைச் சுற்றிப் பாலைத் தெளித்தால் விசயம் முடிந்துவிடும். இங்கை அப்படியில்லை. ஐயர் தனது வித்தையைக் காட்டுவதற்காக ஊரிலை கேள்விப்படாத புதுப்புது நடைமுறைகளைக் கொண்டு வருவார். அதனால் ஐயருடைய கைக்கை எப்பவும் நிற்கவேணும். வருகிற நண்பர்களுக்கு வீட்டைச் சுற்றிக்காட்டி பெருமையடிக்க முடியாது. வேறு ஒருநாளில் ஹோம் வெல்கம் என்றோ கெற்றுக் கெதர் என்றோ அழைத்து விருந்து வைக்கலாம். இதிலும் ஒரு சூட்சுமம் இருக்குது. எல்லாரையும் ஒரே தடவை அழைக்கக் கூடாது. இரண்டு மூன்று குடும்பங்களாகக் கூப்பிடலாம். அப்பதான் வீட்டு விற்பனை முகவரைப் போல ஒவ்வொரு அறை அறையாக காட்டி விளக்கம் கொடுக்கலாம். இப்படியே நாலைத்து கிழமை இழுத்தடித்தால் நாதனது புதுவீட்டு நியூஸ் கொஞ்சக்காலம் கூட ஓடும்.

இந்தச் சனி இரவு குலம் குடும்பம், சிவா குடும்பம், பால குடும்பம் ஆகியோருக்கு இராப்போசன விருந்து. மூன்று குடும்பமும் சொல்லி வைத்தது போல ஒரே நேரத்தில் காரில் வந்து இறங்கினார்கள். நாதனது மனைவி நளினி விசயகாரி வருகிற ஒவ்வொருவரிடமும்

ஒரு கறி சமைத்துக் கொண்டு வரச் சொல்லி விட்டாள். அதனால் அவர்களது கைகளில் ஒவ்வொரு கறிச்சட்டி. நளினி அதை வாங்கி கிச்சின் மேசையில் வைத்து விட்டு மூன்று பெண்களையும் பமிலி றூமுக்கு அழைத்தாள். நாதன் ஆண்கள் மூவரையும் முன்னாள் உள்ள விருந்தினர் அறைக்குக் கூட்டிச்சென்றான். அங்கேயுள்ள கோப்பி ரேபிலில் விஸ்கிப் போத்திலும் கொறிப்புத் தீனியும் இருந்தன.

நாதன் விஸ்கிப் போத்தலை சுட்டிக் காட்டி "தொடங்குங்கோவன்" என்றான்.

சிவாவோ "இதுக்கு இப்ப என்ன அவசரம். முதலில் வந்த விசயத்தை முடிப்பம். வீட்டைச் சுற்றிக் காட்டன்.'

"அதுவும் சரிதான், போதையேறினால் வீட்டை சரியாகப் பார்க்க முடியாது." — இது பாலா.

'வடிவாகப் பாத்தால்த்தானே வெளிலை போய் மற்றவரிடம் நொட்டை நொறுக்குச் சொல்லலாம்." — கடுந்தொனியில் நாதன்.

'என்ன நீ மில்லியன் டொலரிலை வீடு கட்ட நாங்கள் என்ன குறைகண்டு பிடிக்கவா வந்தனாங்கள். வா பார்ப்பம்." என்றபடி எழுந்தான் குலம்.

நளினி கிச்சினை பெண்களுக்கு காட்டிக்கொண்டிருந்தாள். கிச்சினுக்குள்ளை போன பெண்கள் கிச்சின் ஆராய்ச்சியை இப்போதைக்கு முடிக்க மாட்டினம் என்று உணர்ந்த நாதன், மேல்மாடிக்கு மூவரையும் அழைத்துச் சென்றான்.

அப்போது நாதனது ஐபோனில் ஒரு மெசேச் வந்தது அதைப் பார்த்து விட்டு,

"ஒரு நிமிடம் பொறுங்கோ, சஞ்சய் நாளைக்கு காசு வேணுமாம்" என்று கூறினான்.

சஞ்சயன் நாதனது ஒரே ஒரு பிள்ளை வயது இருபது. யூனியில் படிக்கிறான். நாதன் தனது ஐபோனில் தனது எக்கவுண்டிலிருந்து

மகனது எக்கவுண்டுக்கு காசைமாற்றினான்.

"சஞ்சை என்ன வீட்டில் இல்லையா?" சிவா கேட்டான். இல்லை. எங்களாலும் அடிக்கடி படியேறி மேலே போக "இல்லை, மேலே மாடியில் தான் இருக்கிறான். கீழே வாறது ஏலாது. எங்கள் மூவரிடமும் லேற்றர் ஐபோன் இருப்பதால் மகன் சஞ்சை வீட்டில் இருந்தாலும் சஞ்சையுடன் போனில் தான் தொடர்பு கொள்ளுவோம்." என்றான்

நாதன் பெருமையுடன், மேலே மூவரையும் அழைத்துக் கொண்டு போய் காண்பித்துக் கொண்டிருந்தான் நாதன். ஒரு பெரிய அறை. சுவரில் ஒரு எல்சிடி ரெலிவிசன் பொருத்தியுள்ளது. அதற்கு கீழே இரண்டு கதிரைகளுடன் வட்டமான சிறிய மேசை. அதற்குள்ளேயே ரொயிலற்றுடன் கூடிய ஸ்பா பாத் அழகிய பளிங்குக் கற்கள் பதிக்கப்பட்டுள்ளது.

"இது எங்களது மாஸ்ரர் பெட்றூம், ஓன் சுவிற்றுடன், ஆனால், நாங்கள் இப்போது இங்கே தங்குவதும் கிடையாது; வருவதுமில்லை. கீழே ஒரு றூம் இருக்கு அதில்தான் படுப்போம்." என்றான் நாதன்.

சிவா கூர்ந்து பாத்துவிட்டு "ஞாபகமிருக்கா நாதன் ? இருபத்தைந்து வருடங்களுக்கு முன்னர் நீங்கள் தங்கியிருந்த பிளட் இந்த றூமின் பாதியாகத்தான் இருந்தது" என்றான்.

"என்ன குத்திக்காட்டுகிறாயா ? ஊரிலை கொட்டில் வீட்டில் இருந்ததுகள் எல்லாம் இப்ப மில்லியன் டொலர் வீடு வேண்டியிருக்கு என்று சிலர் சொல்வதும் எனது காதில் விழுந்திருக்கு" என்றான் நாதன்.

"சரி, உதுகளை விட்டுத்தள்ளு, மற்ற றூம்களைக் காட்டு." என்று கதையை மாற்றினான் குலம்.

ஒவ்வொரு றூமாக பார்த்தபடி வந்தனர். ஒரு றூமை சுட்டிக் காட்டி இது சஞ்சயனது என்று சொன்னபடி றூம் கதவைத் தட்டி விட்டு திறந்தான் நாதன். சஞ்சயன் கட்டிலில் இருந்தபடி

லெப்டொப்பில் எதையோ நோண்டிய படி இருந்தான். இவர்களை கண்ட சஞ்சயன், "ஹாய் அங்கிள்ஸ்" என்று விட்டு திரும்பவும் லெட்டொப்பில் நோண்டினான்.

மேல்மாடியை பார்த்து விட்டு கீழே நால்வரும் இறங்கியவாறு,

"இப்ப இந்தக் காலத்துச் சிறுசுகள் எல்லாம் பேஸ்புக்கிலை எந்த நேரத்திலும், இதாலை பல பிரச்சினை வருது." என்றான் பாலா. "சிறுசுகளைச் சொல்லிக் குற்றமில்லை. பெரிசுகளும் எந்த நேரத்திலும் பேஸ்புக்கிலிருக்கிறார்கள் இதாலும் பிரச்சனைதான்." என்று குலம் கூறினான்.

உடனே தனது ஐபோனை எடுத்து, தனது பேஸ்புக் எக்கவுண்டைத் திறந்து காட்டினான்.

"இதைப் பாருங்கள், நானும் பேஸ்புக் வைத்திருக்கிறேன். எனது மகன் சஞ்சையுடனும் இணைந்திருக்கிறன்." என்றான் நாதன்.

அதற்கு சிவா, பாலாவிற்கு கண்ணால் ஒரு சைகை காட்டிவிட்டு சொன்னான்.

“பேஸ்புக் மட்டுமல்ல, பேஸ்புக் போல டுவிற்றர், இன்ஸ்ராகிராம் என்று பல வகைகள் இருக்கின்றன. எமது பிள்ளைகள் சரியான சிமாட். எங்களைத் திசைதிருப்புவதற்காக எங்களுடன் பேஸ்புக்கிலை இணைந்து விட்டு, இன்ஸ்ராகிராம் போன்றவற்றில் தங்கடை விளையாட்டைக் காட்டுவினம். எதற்கும் கவனமாகக் கண்காணிக்க வேணும்.”

“இன்ஸ்ராகிராமா? நான் கேள்விப்படலை” ஆச்சரியத்துடன் நாதன்.

அப்போது நாதனது ஐபோன் சினுக்கியது. அவனது மனைவி நளினி சமையல் அறைக்குள் இருந்து போன் எடுத்தாள். புதிதாக வாங்கின குளிர்சாதனப் பெட்டியைப் பற்றி விளக்கம் கேட்டாள். நண்பர்களை ஆறுதலாக பார்த்துக் கொண்டு வரும்படி கூறி விட்டு அவசரமாகப் படி இறங்கி ஓடினான்.

நாதன் போனதும் சிவா தாழ்ந்த குரலில் “செல்போன் பிடிக்காவிட்டால் இவர்கள் பாடு பெரும் திண்டாட்டம்தான். நாதனின் மகன் சஞ்சயன் கேள் பிரண்ட் வைத்திருக்கிறான். சீனக்காரி, இருவரும் மோசமாக போட்டோ எடுத்து இன்ஸ்கிராமில் போட்டிருக்கிறார்கள். கொன்றோல்லைதான் என்று நினைக்கிறான். என்ரை மகன் மகன்தான் காட்டினான். நாதன் ஏதோ தனது மகன் தன்ரை கொன்றோலில்தான் இருக்கிறான் எண்டு நினைக்கிறன். அதாலை விசயத்தை எனக்கு புட்டு வைத்தான்.” என்றான் “நாங்கள் ஏன் மற்றவையின்ரை பிரச்சனைக்குள் அதிகம் நுழைவான். எங்களுடைய பிள்ளைகள் என்ன செய்யுதுகள் எங்களைத் தவிர மற்றவைகளுக்குத்தான் அதிகம் தெரியும்.” என்று எப்போதும் சச்சரவைத் தவிர்க்க விரும்பும் குலம் கூறினான்.

விருந்து முடிந்து இரண்டு கிழமையின் பின்னர் ஒரு நாள் இரவு நாதன் வீட்டு அழைப்பு மணி தொடர்ந்து அடித்துக் கொண்டிருந்தது. நாதன் எழுந்து நேரத்தைப் பார்த்தான். நள்ளிரவு பன்னிரண்டைத் தாண்டியிருந்தது. இந்த நேரத்தில் யார் என எண்ணியபடி எழுந்தான். அழைப்பு மணி விடாது அடித்துக் கொண்டேயிருந்தது. யன்னலூடாக யார் பெல் அடிப்பது எனப்பார்த்தான். வெளியே இரண்டு பொலிஸ்காரர்கள் வாசலில் நின்று கொண்டிருந்தார்கள். அவசரமாக கதவைத் திறந்தான். தொந்தரவுக்கு மன்னிப்பு கேட்டு விட்டு, “சஞ்சையனுக்கும் அவனது கேள்பிரண்டுக்கும் ஏதோ சண்டை,

சஞ்சையன் அவளுக்கு அடித்து விட்டான். இருவரையும் விசாரிக்க வேணும்" என்றான் பொலிஸ்காரனில் ஒருவன்.

"சஞ்சயன் மேல்மாடியில்தான் இருக்கிறான். ஆனால், அவனுக்கு கேள் பிரண்டே கிடையாது" என்றாள் நாதனது மனைவி நளினி. இல்லை இருவரும் ஒன்றாகத்தான் இரு மாதங்களாக இங்கே தங்கியுள்ளனர்" என உறுதியாகச் சொன்னான் அந்த பொலிஸ் காரர். அப்போது ஒரு சீனக்காரியும் சஞ்சையனும் மாடிப் படியாலே

இறங்கிவந்து கொண்டிருந்தனர்.

அதைப் பார்த்த நாதனுக்கும் நளினிக்கும் தலை சுற்றியது. அவர்கள் வேறோர் உலகத்தில் இருப்பது போல் உணர்ந்தனர்.

விளைமீன்

ஜே.கே

அந்த ஒரு மீன் மாத்திரம் முழித்துக்கொண்டு தனித்துத் தெரிந்தது. அந்தக் குவியலில் கிடந்த மீதி அத்தனை மீன்களும் இளஞ்சிவப்பு நிறத்திலிருக்க இது மாத்திரம் வெள்ளைத்தோலில் மெலிதாகப் படர்ந்திருந்த தங்கநிறக் கண்ணாடிச் செதில்களோடும், சற்றே திறந்துகிடந்த இரத்தச்சிவப்பு செவுள்களோடும் குவிந்த கண்களோடும்.

சரசு மாமி ராசனிடம் திரும்பவும் சொல்லிப்பார்த்தார்.

இம்முறை சற்றுக் கெஞ்சலாக.

"தம்பி. நான் சொல்லுறன். அது எங்கட ஊர் விளைமீன்தான். விறைச்சுக்கொண்டு கிடக்கு. நல்ல உடன் மீன். வாங்கித்தாவன்."

"அரியண்டம் பண்ணாம வாங்கோம்மா. ஊர் விளமீனை ஊருக்குப்போகேக்க சாப்பிட்டுக்கொள்ளலாம்."

மாமி அந்த விளைமீனையே பார்த்தபடி நின்றார். இனி எப்போது ஊருக்குப் போய், எப்போது விளைமீன் வாங்கி. இதுவெல்லாம் நடக்கிற காரியமா? ராசன் வேகமாக அடுத்த கடையை நோக்கி நடக்க ஆரம்பித்திருந்தான். சந்தை முழுதும் ராசனும் ரூபிணாவும் நடந்த வேகத்துக்குச் சரசு மாமியால் ஈடு கொடுக்கமுடியவில்லை. சேலை நிலத்தில் அறுபட அவர் பின்னாலேயே இழுபட்டுக்கொண்டுபோனார். அந்த விளைமீன் அவர் பின்னாலேயே இழுபட்டு வந்துகொண்டிருந்தது.

"இந்த ஊர் சினப்பரும் விளைமீன்மாதிரித்தான் இருக்குமாம் மாமி. அதெண்டாத்தான் ஹரீஷும் சாப்பிடுவான்"

ரூபிணா மாமியைத் திரும்பிப்பார்க்காமலேயே சொல்லிக்கொண்டு நடந்தாள். சரசு மாமி எதுவும் பேசவில்லை. அவர்கள் ஹரீஷுக்கென இரண்டு சிறிய இளஞ்சிவப்பு சினப்பர் மீன்களை வாங்கிக்கொண்டார்கள். கடைகளில் சீலா, திரளி, கௌிறு, முரள், ஒட்டி, அரக்குளா, கொய், சூடை என்று மாமிக்குப் பரிச்சயமான மீன்கள் எல்லாம் வகைபிரித்துக் குவிக்கப்பட்டிருந்தன. ஒவ்வொரு மீனுக்கும் ஒவ்வொரு வகைச் சமையல். சிலதைச் சரக்குத்தூள்

சேர்த்துப் பிரட்டவேண்டும். சிலதுக்கு நன்றாக பழப்புளி கலந்து கொதிக்கவிடவேண்டும். சிலதைக் கூழுக்குச் சேர்க்கச் சுவையாக இருக்கும். சூடை மீன் பொரியலுக்கு. ஓட்டியை சரியாகச் சமைக்காவிட்டால் கச்சல் எடுக்கும். கொய் மீன் சுவையென்றாலும் முள் அதிகம். பொரித்து எடுக்கவேண்டும். சீலாவில் ஒருவித மிக நுண்ணிய இனிப்புச்சுவை உண்டு. கோதுமைமாவுப் புட்டோடு அதன் குழம்பைக் குழைத்துச் சாப்பிடுகையில் கலாதியாக இருக்கும். அதன் விலையும் மலிவாக இருந்தது. 'சீலாவையாவது வாங்கலாமே' என்று சொல்ல சரசு மாமிக்கு வாயுண்ணியது.

அன்று சந்தையிலிருந்து திரும்பியது முதல் சரசு மாமிக்கு அந்த விளைமீன் ஞாபகமாகவே இருந்தது. அந்தவகை ஊர் விளைமீன்களை அவர் அவுஸ்திரேலியக்கடைகள் எங்கேயும் கண்டதேயில்லை. எப்படியோ அந்த ஒரு விளைமீன் மாத்திரம் ஆயிரக்கணக்கான மைல்கள் நீந்தி வந்து இந்த ஊர் மீனவர்களிடம் பிடிபட்டுவிட்டது. சிலவேளை கூட்டமாகவே அவை நீரோட்டத்தில் இழுபட்டு வந்ததில் அகப்பட்டிருக்கலாம். அல்லது பருவமாற்றத்துக்கு அவையாகவே நீந்தி வந்திருக்கக்கூடும். எப்படியோ வந்து சேர்ந்துவிட்டது. இப்போது மாமியின் கண்ணிலும் பட்டுத்தொலைத்து அவரை ஆட்டிப்படைக்கிறது. ஆனால் என்ன செய்ய இயலும்? மகன் ராசனுக்கு வீட்டுக்குள் மீன் குழம்பு வாசனையே எட்டக்கூடாது. ரூபிணாவோ ஒரு முட்டை சைவம். அவர்கள் வீட்டில் ஹரீஷுக்கு மாத்திரம் புரத உணவு வேண்டுமென்று மீனை வாங்கி, மின்சூளை அடுப்பில் வாட்டிக்கொடுப்பார்கள். அதுவும் அந்த பாழாய்ப்போன பச்சைத்தண்ணி சினப்பர் மீனை.

அவுஸ்திரேலியாவுக்கு வந்த இந்த ஐந்து வருடங்களில் நல்லதொரு மீன் குழம்பு காணாமல் சரசு மாமிக்கு நாக்கு மரத்தே போய்விட்டது. ஐந்து என்றில்லை; கிட்டத்தட்ட முப்பது வருடங்கள் என்றே சொல்லலாம். திருமணத்துக்குப் பின்னர் ஒரு ஆன விளைமீன் குழம்பை மாமி ருசித்துச் சாப்பிட்டதில்லை. மீனரிவாளில் பிறாண்டப்பட்டுச் செதில்கள் சிதறிப்பறப்பதுபோல மாமிக்குப் பழைய ஞாபகங்கள் பறக்க ஆரம்பித்தன. ஊரிலென்றால் அம்மாள் கோயில் வைரவர் மடை முடிந்து அடுத்த நாளே குழந்தை அவர்கள் வீட்டுக்கு மீனோடு வந்துவிடுவான். புதிதாக அன்று காலையே பிரிக்கப்பட்ட களங்கண்டியில் பிடிக்கப்பட்ட விளைமீன்கள். ஒரு கோர்வை என்றால் அதில் இரண்டு, மூன்று கிலோவரை தேறும். குழந்தையின் சைக்கிள் மணிச் சத்தம் காதில் எட்டியதுமே, மாமி மீனரிவாளும் சரவச்சட்டியுமாய் பத்திப்பக்கம் போய்விடுவார். பன்னிரண்டு

வயதுதான். ஆனால், அப்போதே சரசு மாமி மீனரிந்து கழுவினார் என்றால் ஒரு செதில் கறியில் சிக்காது. தானே அரிவாளைத்தீட்டி, தானே அரிந்து, தானே குழம்புக்கு, சொதிக்கு, பொரியலுக்கு, வறைக்கு, இராவுக்கு என்று வகை பிரித்து, தானே மசாலா கூட்டு அரைத்து, புளி கரைத்து, தேங்காய் துருவி, முதற்பால், கடைப்பால் பிழிந்து, குழம்பு பதமாக வற்றும்வரைக்கும் காத்திருந்து, அகப்பை நுனியை அடி உள்ளங்கையில் தொட்டு நக்கிச் சுவைபார்த்து என்று சிறுவயது முதலேயே மீன் குழம்பு சமைக்கும் விடயத்தில் மாமி வீட்டில் வேறு யாரையும் குசினிப்பக்கமே நெருங்கவிட்டதில்லை. அவர் குழம்புச்சட்டியை திருகணியில் இறக்கிவைத்து, மூடியைத் திறந்தார் என்றால் கறியின் வாசம் எட்டாம் வட்டாரம் வரைக்கும் நாசியில் அடிக்கும். இப்படிப்பட்ட சரசு மாமிக்கு வந்து வாய்த்ததோ விளமீனுக்கும் திரளிக்கும் வித்தியாசம் தெரியாத ஒரு அற்பாயுசுக் கணவன். அவர்களுக்குப் பிறந்த ஒரே மகன் ராசனுக்கோ மீன் குழம்பு வாசம் என்றாலே ஓங்காளித்துக்கொண்டு வருகிறது. அவன் காதலித்துக் கலியாணம் கட்டிய ரூபிணா ஒரு சுத்தமான முட்டை சைவம். பேரன் ஹரீஷ் பிறந்தபின்னர்தான் அவர்கள் வீட்டுக்குள் முதன்முதலாக ஒரு மீன் அடியெடுத்து வைத்தது. அதுவும் அந்த இளஞ்சிகப்பு நிற சிறிய சினப்பர் மீன். மஞ்சளும் உப்பும் தடவி சூளையில் வாட்டிக்கொடுப்பார்கள். மாமி ஒருநாள் வாயில் வைத்துப் பார்த்துவிட்டுத் துப்பிவிட்டார். ஒரே கொலகொலா பச்சைத்தண்ணி.

திடீரென்று இத்தனை தசாப்தங்களுக்குப் பின்னர் மாமியின் மீன் குழம்பு ஆசையை அந்த ஒற்றை விளைமீன் கிளறிவிட்டது. நாள் முழுதும் அவர் அந்த விளைமீன் பற்றிய சிந்தனையாகவே இருந்தார். சரியாக யாருடனும் பேச்சுக்கொடுக்கவில்லை. அடுத்தநாள் ஆங்கிலவகுப்புக்கு நடந்து செல்லும் போதும் திரும்பும் போதும் விளமீனின் வெடுக்குவாசம் ஒரு பதின்மக்காதலின் இரண்டாம் நாளினைப்போல வழியெல்லாம் அவரோடு கூடவே வந்துகொண்டிருந்தது. தேவையே இல்லாமல் பதட்டத்தைக் கொடுத்தது. விளமீனைப் பதமாகப்பொரித்தால் அதன் தோற்பரப்பு மொறுமொறுவென்று இருக்கும். ஆனால் பிய்த்துப்பார்த்தால், உள்ளே மிதமாகப் புட்டுப்போல அவிந்து இருக்கும். அதனைக் குரக்கன்புட்டோடு கலந்து சாப்பிடவேண்டுமே. ஐயய்யோ. புட்டுக்குத் தேங்காய்ப்பூ தனியாகப் போடவே வேண்டாம். அவ்வளவு ருசியாக இருக்கும்.

ஆங்கில வகுப்பிலும் மாமியின் எண்ணம், சிந்தனை எல்லாம் விளைமீன் பற்றியே இருந்தது. ஆசிரியர் கூறியது எதையும் சரசு மாமி காதிலேயே போடவில்லை. அன்றைக்கு என்றில்லை. என்றைக்குமே வகுப்பை அவர் செவி மடுத்ததில்லை. அங்கு போனால்தான் அரச உதவித்தொகை கிடைக்கும். அல்லாவிட்டால் வேலை தேடவேண்டும். தனியாக ஒரு கடைக்குப் போவதற்கே பயப்படுபவர் எப்படி இந்த நாட்டில் வேலைக்கெல்லாம் போவது? இவர்கள் வகுப்பில் தினந்தோறும் வந்து படிக்கிறார்கள் என்று ஆசிரியர் ஒரு கடிதம் எழுதிக்கொடுத்தால் அரசாங்கம் மறுகேள்வி கேட்காமல் உதவித்தொகையை வைப்பிலிட்டுவிடும். பத்துநிமிட நடைதூரத்தில் வகுப்பு. அந்த வகுப்பில் சரசு மாமியைப் போல பத்துப்பதினைந்து சக மாணவர்கள். எல்லோரும் பிள்ளைகளைப் பார்க்கவந்த சமயத்தில் அகதி விண்ணப்பத்தை நிரப்பிக்கொடுத்து, அரசாங்கமும் அதை ஏற்றுக்கொண்டதில் அவுஸ்திரேலியர்கள் ஆனவர்கள். ஈரானியர்கள், தென் சூடானியர், பர்மியர், செர்பியர்கள், கிழக்குத் திமொரியர்கள் என்று அவர்கள் எல்லோருக்குமே, ஆங்கிலமொழி தெரியாது என்பதே பொதுவான இணைப்புப்பாலமாகவிருந்தது. ஆரம்பத்தில் ஹலோ சொல்லவே வெட்கப்பட்டவர்கள் இப்போது பேர், ஊர் சொல்லி, போகுமிடத்துக்கு வழியை ஆங்கிலத்தில் விசாரிக்குமளவுக்கு முன்னேறியிருந்தார்கள். நெஞ்சுக்குள் நோவு எடுத்தால் அவசரசிகிச்சைக்கு தொலைபேசி எடுத்து, எங்கே எப்படி வலிக்கிறது என்று விளக்குவதற்குப் பழகியிருந்தார்கள். சக மாணவர் எவரும் இறந்து போனால் அடுத்த வகுப்பில் ஆங்கிலத்தில் கூட்டுப்பிரார்த்தனைகூட செய்வார்கள்.

*

அடுத்தவாரம் சரசு மாமி வகுப்புக்குப் போனபோது, பெரிய வெள்ளியை முன்னிட்டு அந்தவாரம் முழுதும் விடுமுறை என்று வாசலில் எழுதி ஒட்டப்பட்டிருந்தது. முந்தையவாரமே அது பற்றிச் சொல்லி அனுப்பியிருந்தார்கள். அவர்தான் மறந்துவிட்டார். இனி வீட்டுக்கு உடனேயே திரும்பிப்போக சரசு மாமிக்கு அலுப்பாக இருந்தது. அப்படியே அவர் வீதியோரம் போடப்பட்டிருந்த வாங்கு ஒன்றில் போய் அமர்ந்துகொண்டார். இலையுதிர்கால மெல்பேர்ன் நகரத்துக் குளிர் காற்று கால்களுக்குள்ளாலும் கைகளுக்குள்ளாலும் உடலினுள் கூசிக்கொண்டு ஏறியது. கைகளை மார்புக்குக்குறுக்கே இறுக்கமாகக் கட்டி, கால்களையும் ஒடுக்கிக்கொண்டு குறண்டியபடி மாமி உட்கார்ந்துகொண்டார். ஆள்களே இல்லாத பேருந்து ஒன்று அவ்வழியால் கடந்துபோனது. அவுஸ்திரேலியா வந்ததற்கு

பேருந்து எதிலும் சரசு மாமி பயணித்ததில்லை. வீடு, ஆங்கிலவகுப்பு, அவ்வப்போது இரத்த அழுத்தம், சலரோகம், சளி என்று மருந்து எடுக்கச் செல்லும் வைத்தியசாலை, எப்போதாவது ராசன் மனதுவைத்தால் கூட்டிப்போகும் கடை, கண்ணி. இவ்வளவும்தான் சரசு மாமிக்குத் தெரிந்த அவுஸ்திரேலியா. விருந்துகள், நண்பர்கள் வீடுகள் என்று எங்கும் அவர் போனது கிடையாது. ராசனுக்கும் ரூபிணாவுக்கும் நண்பர்கள் என்றும் சொல்லும்படியாக பெரிதாக எவரும் இல்லை. தமிழர்களோடு அவர்கள் ஏனோ அவ்வளவாகப் பழகுவதில்லை. ஓரிரு வெள்ளைக்கார நண்பர்கள் இருக்கிறார்கள். அவர்களையும் எங்கேயாவது உணவகங்களிலோ, மதுச்சாலைகளிலோதான் சந்திப்பார்கள். வீட்டுக்கு விருந்தினர்கள் எவரும் வருவது அவர்களுக்குப் பிடிப்பதில்லை; அவர்களும் போவதில்லை.

சரசு மாமிக்குத் தன்னந்தனியனாக இந்த ஊர் மீன்களோடு வந்து மாட்டிக்கொண்ட அந்த விளைமீனின் நினைவு மீண்டும் வந்து ஒட்டிக்கொண்டது. அதை மட்டும் வாங்கிக்கொண்டு வந்து சமைத்திருந்தால் எப்படி இருந்திருக்கும்? விளைமீன் குழம்புக்கு நன்றாக பழப்புளி கரைத்து விடவேண்டும். புழுங்கலரிசிச் சோறு, தேசிக்காய்ப்புளி சேர்த்த முளைக்கீரைக் கடையல், மீனின் தலையைப் போட்டு ஒரு பாற்சொதி, நன்றாகத் தடித்த குழம்பு, சினை மாட்டினால் பொரியல் என்று சமைத்து, அதை ஒன்றாகக் குழைத்துச் சாப்பிடுவதை நினைத்துப்பார்க்கவே மாமிக்கு வாயூறியது. கடைசிச் சோற்றுப்பருக்கையும் தீர்ந்த பின்னர், எஞ்சியிருக்கும் கீரை கலந்த குழம்புச்சொதியை அப்படியே கோப்பையோடு வாயில் பிடித்து உறிஞ்சிக்குடிக்கையில் ஒருவித இறை கண்ட பரவசநிலை கிடைக்கும். கோப்பையை உறிஞ்சிக்குடிக்கும் பழக்கம் மாமிக்கு அவரின் ஐயாவிடமிருந்துதான் தொற்றிக்கொண்டது. ஐயா இடம், பொருள், ஏவல் பாரார். முன்னாலே அமர்ந்திருந்து சாப்பிடுபவரையும் கணக்கில் எடார். கோப்பையை உறிஞ்சும் கணத்தில் அவரும் அந்தக் குழம்புமீதியும்தான் அவருக்கு உலகம். சரசு மாமிக்கும் அப்படித்தான். வாயெல்லாம் வழிந்து சமயத்தில் குழம்பு பாவாடை சட்டையிலும் ஊற்றிவிடும். ஆர்வமிகுதியில் சட்டையைத்தூக்கி வாயில் வைத்து வழிந்த மீன் குழம்பை உறிஞ்சும்போது தாய்க்காரியிடம் சரசு மாமி வாங்கிக்கட்டியதும் உண்டு. ஆனால் ஐயா ஒன்றுமே சொல்லமாட்டார். உனக்குப்பிடித்ததைச் செய் என்பார். அவர்தான் சரசு மாமி யாழ்ப்பாணம் டவுனுக்குப்போய் படிக்க வேண்டும் என்பதிலும் உறுதியாக இருந்தவர். தீவுக்கு வெளியே

மாப்பிள்ளை பார்க்க வேண்டும் என்பதிலும் திடமாக இருந்தவர். நல்லூரடியிலிருந்து ஒரு ஆங்கில ஆசிரியர் வரன் வந்ததும் ஒரே பிடியாக நின்று சம்பந்தத்தைப் பேசியும் முடித்தவர். அரியாலையில் காணி வாங்கி, வீடு கட்டக் காசு கொடுத்து, நகை போட்டு, ஐயா மாமிக்கு எவ்வளத்தைச் செய்திருப்பார்.

எப்போதாவது கடந்துசெல்லும் கார்களைத் தவிர்த்து அந்த வீதி பெரும்பாலும் வெறிச்சோடியே கிடந்தது. முன்னர் சென்ற பேருந்தும் மீண்டுமொருமுறை சரசு மாமியைக் கடந்துபோனது. இலக்கம் 577. இம்முறையும் பயணிகள் எவரும் அதற்குள் இருக்கவில்லை. யாருமே அண்டாத அந்தப்பேருந்து எதற்காக, யாருக்காக இவ்வழியால் சுற்றித்திரியவேண்டும்? அதுவுந்தனியனாக? அடுத்த தரிப்பில் யாரேனும் ஏறக்கூடும் என்ற எதிர்பார்ப்பா? மாமிக்குக் காணும் யாவையும் தனித்தனியாக அலைவதாகவே தோன்றியது. அவரைப் போலவே. மாமி கைகளை மேலும் இறுக்கிக்கட்டிக்கொண்டார். குளிரோடு சேர்ந்து அந்த வெடுக்கு வாசமும் உடலெல்லாம் ஆக்கிரமித்துக்கொண்டிருந்தது.

ஐயா பார்த்துப் பார்த்துத் தேடிய மாப்பிள்ளை ஒரு சுத்த சைவப்பழமாக இருப்பான் என்று திருமணத்துக்கு முன்னர் வீட்டில் எவருமே அறிந்திருக்கவில்லை. மாமியின் கணவனுக்கு வருடத்தின் முந்நூறு நாள்களும் ஏதேனும் ஒரு கோயில் கொடியேறியிருக்கும். அல்லாவிட்டால் கும்பாபிசேகம். அல்லது பிள்ளையார் கதை, நவராத்திரி, கந்தசஷ்டி, கௌரி பூஜை. அபூர்வமாக அசைவம் சமைக்கும் நாள்களிலும் முட்டையையோ கோழி இறைச்சியையோதான் கணவன் வீட்டில் வாங்குவார்கள். ஊருக்குப் போனால், அங்கேயும் அம்மாள் கோயில் திருவிழா, பிடாரிகோயில் நேர்த்தி என்று ஏதாவது வந்து தொலைத்துவிடும். அல்லது நேரம் கெட்ட நேரத்தில் கணவன் வீரபத்திரர் கோயிலில் பிரதட்டை செய்துவிட்டு புழுதி மணலோடு வாசலில் வந்து நிற்பான். இதனால் திருமணத்துக்குப் பின்னர் மாமிக்குப் பிறந்த வீட்டில்கூட ஒரு ஆன மீன் சாப்பாடு கிட்டியதில்லை. இப்படி வருடக்கணக்கில் மீனை விட்டுப் பிரிந்ததாலோ என்னவோ, கணவன் இறந்தபின்னரும் சரசு மாமிக்கு மீன் குழம்பில் மீண்டும் நாட்டம் போனதில்லை. அவ்வப்போது சாப்பிட்டிருந்தாலும் அதன்மீது இப்படியொரு அவா வந்ததில்லை. ஆனால் இப்போது, அவுஸ்திரேலியா வந்து ஐந்து ஆண்டுகளுக்குப்பின்னர், எதேச்சையாக ஒரு மீன்கடைக் குவியலுக்குள் தனியாகச் சிக்கிக்கிடந்த ஒரு விளைமீன், சரசு மாமியின் மீன் குழம்பு ஆசையைக் கிளறிப்போட்டுச் சிப்பிலி ஆட்டுகிறது.

‘ஒரு சனியன் பிடிச்ச மீன்’ என்று மாமி கொஞ்சம் சத்தமாகவே சொல்லிக்கொண்டார்.

எதற்காக அந்த மீன் அவர் கண்களில் பட்டுத்தொலைக்க வேண்டும்? அன்று சந்தையில் அதை யார் வாங்கியிருந்திருப்பார்கள்? வாங்கியவர்களும் வெறுமனே அதற்கு மஞ்சள் தடவி வாட்டிச்சாப்பிட்டிருப்பார்களா? அல்லது யாருமே வாங்காமல் அது கெட்டுப்போயிருக்குமோ? இங்குள்ளவர்களுக்கு அந்த அரும்பொன் விளைமீனின் அருமை எப்படித் தெரியவரும்? இளஞ்சிவப்பு பச்சைத்தண்ணி சினப்பர் மீன்களுக்குப் பழக்கப்பட்ட நாக்குகளுக்கு எப்படி அவருடைய ஊர் விளைமீனின் சுவை புரியும்? அது அறிந்துதான் அந்த விளைமீன் சரசு மாமியின் கண்களுக்குள் சிக்கிக்கொண்டதா? தன்னை அவர் எப்படியும் வாங்கிவிடுவார் என்று எதிர்பார்த்துக் காத்துக்கிடந்ததா? சரசு மாமிக்கு அந்த விளைமீன்மீது இனம் புரியாத ஒரு பாசம் உருவெடுக்க ஆரம்பித்தது. அவரைச்சுற்றி ஏகப்பட்ட இளஞ்சிவப்பு சினப்பர்கள் அலைவதுபோல. பல்லாயிரம் மீன்களுக்கு மத்தியில் அவரும் அந்த விளமீனும் மாத்திரமே எவராலும் கவனிக்கப்படாமல். தனியராய். அந்த விளைமீன் அவரை முற்றாய் அறிந்த ஒரு பால்ய நண்பன்போல. அதற்கும் அவரைவிட்டால் வேறுயாருமே இல்லாததுபோல. இருவருமே நீரோட்டத்தில் இழுபட்டு வந்து இவ்விடத்தில் சிக்குப்பட்டவர்கள் போல.

அடுத்தமுறை பேருந்து வந்தபோது சரசு மாமி யோசிக்காமல் ஏறிவிட்டார். பேருந்து ஓட்டுநரிடம் வயோதிபர் அட்டையைக் காட்டி, சில்லறை கொடுத்து எப்படி இறங்குமிடம் சொல்லவேண்டும் என்றெல்லாம் ஆங்கில வகுப்பில் பயிற்சிகொடுத்திருந்தார்கள். சரசு மாமிக்கு பயிற்சியைவிட நேரடிச் செயன்முறை இலகுவாக இருந்தது. அவர் காலத்துக்கு பேருந்து ஓட்டுநரும் ஒரு சீக்கியராய் அமைந்திருந்தார்.

“யூ கோ டு ட்ரெயின் ஸ்டேஷன்?” ஓட்டுநர் தயங்கியபடி வாசலில் நின்ற சரசு மாமியைப்பார்த்துக் கேட்டார்.

“பிஷ் மார்க்கட்.. ஐ கோ டு பிஷ் மார்க்கட்”

“யூ இண்டியன்?”

“நோ.. ஸ்ரீலங்கன்”

சரசு மாமி வாழ்க்கையில் முதன்முதலாக முன்பின் அறிமுகமில்லாத ஒருவருடன் ஆங்கிலத்தில் பேசுகிறார். சற்றுத் தடுமாறினாலும் கூட அவர் சொன்னது அந்த சீக்கியருக்கு

நன்றாகவே புரிந்தது. சீக்கியர் சொன்னதும் அவருக்குப் புரிந்தது. உள்ளூர ஒரு பயம் இருந்தாலும் அதை மீறிய உற்சாகமொன்று மாமியிடம் தொற்றிக்கொண்டது. எப்பிங் புகையிரத நிலையத்தில் ரயில் எடுத்து பிரெஸ்டன் நிலையத்தில் இறங்கினால், மீன்சந்தையை நடை தூரத்திலேயே காணலாம் என்று சீக்கியர் ஆற அமர சரசு மாமிக்குத் தெளிவுபடுத்தியிருந்தார். புகையிரத நிலையத்திலும் பணம் கொடுத்து டிக்கட் வாங்குவது அவ்வளவு கடினமான காரியமாக இருக்கவில்லை. இரண்டு ரயில் மேடைகளில் எந்தப் பக்க இரயிலில் ஏறவேண்டும் என்ற குழப்பம் வந்தது. நீண்ட நேரத் தயக்கம், நிறைய ஒத்திகைகளுக்குப்பிறகு சக பயணி ஒருவரிடம் சென்று விசாரித்ததில் அந்தப் பிரச்சனையும் தீர்ந்தது. மாமிக்கு முதன்முதலாக தன்னுடைய ஆங்கில அறிவுமீது நம்பிக்கை உருவாகியது. சொல்லப்போனால் அவுஸ்திரேலியா வருவதற்கு முன்னமேயே அவருக்கு ஓரளவு ஆங்கிலம் தெரிந்திருந்ததுதான். ஆனால் அவருடைய ஆங்கில ஆசிரியர் கணவன் எந்நேரமும் ஏளனம் செய்து செய்து மாமியின் ஆங்கில அறிவைச் சுத்தமாகத் துடைத்து எறிந்திருந்தான். ஆனால், தனியாகச் சென்ற ஒரு சாதாரண பேருந்துப் பயணம் அவருக்குத் தன் ஆங்கிலத்தை வைத்து இந்த தேசத்தில் சமாளித்துவிடலாம் என்ற நம்பிக்கையை கொடுத்துவிட்டது.

பிரெஸ்டன் சந்தைக்குள் அடியெடுத்து வைக்கையில் பேக்கரியிலிருந்து இறக்கப்பட்ட புதுப் பாணின் வாசனை நாசியில் வந்து அடித்தது. வாழைப்பழமும் காளானும் மலிவு என்று ஒருவர் தொண்டைகிழியக் கத்திக்கொண்டிருந்தார். கடைகளில் பெரிதாகக் கூட்டமிருக்கவில்லை. பழக்கடை ஒன்றின் கல்லாவில் இளம்பெண் ஒருத்தி புத்தகம் வாசித்துக்கொண்டிருந்தாள். ஒரு சைனீஸ் கடையில் வீட்டுப்பாவனைப் பொருட்கள் குப்பையாக அடுக்கி வைக்கப்பட்டிருந்தன. விளையாட்டுப்பொருட்கள், சட்டைகள், கைவினைப்பொருட்கள், தொழில்கருவிகள் என்று அங்காடிகள் எங்கும் சாமான்கள் நிறைந்திருந்தன. வாங்குவதற்குத்தான் ஆள்கள் இல்லை. வேலைநாள் பகல்வேளை என்பதால் சந்தையில் அதிகமாக வயோதிபர்களே கூடியிருந்தார்கள். ஆங்காங்கே போடப்பட்டிருந்த வாங்கில்களிலும் சிறிய கோப்பிக்கடைகளிலும் உட்கார்ந்து கோப்பிக்கப்புகளை உறிஞ்சியபடி தமக்குள் கதைகள் பல பேசிக்கொண்டிருந்தார்கள். பெயருக்கு இரண்டு மரக்கறிகளை வாங்கி அருகில் வைத்திருந்தார்கள். எவரிடமும் வீடு திரும்பும் அவசரம் இருக்கவில்லை. எல்லோருமே விடுமுறைக்கு வந்தவர்கள்போலவே சுற்றித்திரிந்தார்கள். அறிமுகம் இல்லாதவர்களோடும் ஹலோ சொல்லிப் பேச்சுக்கொடுத்தார்கள்; புன்னகைத்தார்கள்.

மாமி எவருடைய கண்களையும் எதிர்கொள்ளாமல், நேரே மீன்கள் விற்கும் பகுதியினுள் நுழைந்தார். முந்தைய வாரம் அவர்கள் சென்றிருந்த மீன்கடையை கண்டுபிடிக்கச் சற்று சிரமமாகவிருந்தது. மீன்கடையிலும் அதிக கூட்டமிருக்கவில்லை. வழமைபோல மீன்கள் வகை பிரித்துக் குவிக்கப்பட்டுக் கிடந்தன. மாமி ஹரீஷின் இளஞ்சிவப்பு சினப்பர் மீன் குவியலைக் கண்டுபிடித்து, அதற்குள் அந்த ஊர் விளைமீன் இன்னமும் கிடக்கிறதா என்று தேடினார். காணவில்லை. உள்ளே அடியில் கிடக்குமோ என்றும் நீக்கல்களினூடே கண்ணை விட்டுப்பார்த்தார். ம்ஹூம். எங்கே போயிற்று அது?

“ஹவ் ஆர் யு மெடம்?”

மாமி ரயில் பயணம் முழுதாகவும் ஒத்திகை பார்த்து வைத்திருந்த வசனத்தை ஒப்புவித்தார்.

“ஐ வோண்ட்.. வைட் சினப்பர்”

“யூ மீன் சினப்பர் பிஃஷ் மெடம்?”

“நோ.. திஸ் இஸ் பிங்க். ஐ வோண்ட் வைட் கலர்.. யு நோ.. லாஸ்ட் வீக் யூ ஹாவ் வைட் சினப்பர்”

மாமி கூறியது கடைக்காரருக்குப் புரியவில்லை.

“வன் கிலோ சிக்ஸ் டொலர்ஸ் மெடம். பரேஷ் சினப்பர்.”

“நோ.. யூ ஹாவ் வைட் சினப்பர்?”

சரியாக விளங்காததால் கடைக்காரர் இறுதியில் கைவிரித்து விட்டார்.

“சொறி மெடம். வி டோன்ட் ஹாவ் வட் யூ ஆஸ்க்கிங்”

மாமிக்கு முகம் தொங்கிப்போனது. இத்தனை தூரம் அலைந்து வந்தது வீணாகிப்போய்விட்டதா? அந்த விளைமீன் எங்கே போயிருக்கும்?

கெட்டுப்போயிருக்கலாம். அல்லது விலை போகாமல் வீசியிருப்பார்கள். இப்போது என்ன செய்வது? வந்ததுதான் வந்தோம், வேறொரு மீனையேனும் வாங்கலாம் என்றால் அதற்கு அவருக்கு மனம் வரவில்லை. விளைமீன்தான் அவர் மனம் முழுதும் நிறைந்திருந்தது. கிடைக்காமல் போனதாலோ என்னவோ அதன் மீதான ஆசை இன்னமும் ஆழமாக வியாபித்துவிட்டிருந்தது. குனிந்த தலை நிமிராமல் மாமி மெதுவாகக் கடையைவிட்டு நடக்க ஆரம்பித்தார்.

ஐந்தாறு எட்டு வைத்திருப்பார்.

“மெடம்.. எக்ஸ்கியூஸ்மீ.. மெடம்”

தன்னைத்தான் அழைக்கிறார்கள் என்று மாமிக்கு முதலில் தோன்றவில்லை. இரண்டு மூன்று அழைப்புகளுக்குப் பின்னர்தான் திரும்பிப்பார்த்தார். அந்த மீன் கடையிலிருந்துதான் அழைத்தார்கள். மாமி சற்றே மிரண்டுபோய் மீண்டும் கடைக்கு வந்தார்.

“வேர் யூ லுக்கிங் போர் திஸ் பிஷ் மெடம்?”

வீரபத்திரர் கோயிலடி தாண்டும்போதே குழந்தையின் சைக்கிள் மணிச்சத்தம் சரசு மாமிக்குக் கேட்டுவிடும். முன் ஹாண்டிலில்தான் அவன் கோர்வை மீனைத் தொங்கவிட்டிருப்பான். சைக்கிளிருந்து இறங்காமல், கேற்றை ஒரு கையால் இலாவகமாகத் திறந்தபடி, பிரேக்கூடப் போடாமல் நேரே வீட்டுப்பத்தியை நோக்கி வேகமாக அவன் வருவான். நீலநிறக் கழிசான். அதற்குப் பொருந்தாத அவன் மாதிரி ஐந்து பேர் நுழையக்கூடிய பெரியசைஸ் சேர்ட்டு. சாம்பல்புழுதிக் கால்கள் என்று அவன் வந்து நிற்கும் அழகைப் பார்க்கவே சரசு மாமிக்குச் சிரிப்புச் சிரிப்பாக வரும். அவன் சைக்கிளால் இறங்கும் வரையும் காத்திருக்கப் பொறுமைகெட்டு, ஓடிப்போய் கோர்வையை ஹாண்டிலிலிருந்து பறித்தெடுப்பார். ஒவ்வொரு மீனும் திமிறிக்கொண்டு கிடக்கும். பனை ஈர்க்கு செருகுவதற்காக பிரிக்கப்பட்டிருந்த அவற்றின் தலைப்பூ இரத்தச்சிவப்பாக, தொட்டால் நசியாமல். அசல் உடன் மீன்.

சரசு மாமி ஆர்வமிகுதியில் கூவியே விட்டார்.

“யெஸ்.. யெஸ்.. தாங்யூ...”

சென்றவாரம் பார்த்த அதே விளைமீன்தான். வெள்ளை நிறத்தில் மெலிதாகப் படர்ந்திருந்த தங்கநிறச் செதில்களோடு. குளிரூட்டிக்குள்ளிருந்து எப்படியோ தேடி எடுத்திருந்தார்கள். சரசு மாமி மீண்டும் சொன்னார்.

“யெஸ். திஸ் இஸ் த வன்”

“யூ ஆர் லக்கி மெடம். வி ஒல்மொஸ்ட் கோயிங் டு த்ரோ இட். நோ வன் பை இட்.”

சரசு மாமிக்கு கடைக்காரரின் ஆங்கிலம் புரியவில்லை.

“ஹவ் மச்?”

கடைக்காரர் சிரித்தார்.

“போர் யூ, இட்ஸ் ப்ஃரீ மெடம்.”

“நோ நோ.. ஹவ் மச்? ப்ளீஸ் டெல்.”

“ஓகே.. கிவ் மீ டூ டொலர்ஸ்.”

சரசு மாமி சில்லறைக்குற்றிகளை ஒவ்வொன்றாக எண்ணிப்பார்த்துக் கொடுத்தார்.

“யூ வோண்டு கட் இட் அண்ட் கிளீன்?”

“வட்? டூ டொலர்ஸ் நோ?”

“நோ நோ... கட் அண்ட் கிளீன்?”

கடைக்காரர் சைகையில் மீனை வெட்டிக்காட்டினார்.

“நோ நோ.. ப்ளீஸ் நோ”

“ஓகே மெடம்.. நோ வொரீஸ்”

கடைக்காரர் சிரித்தபடியே முழு மீனையும் ஒரு பேப்பரில் சுற்றிப் பின்னர் பிளாஸ்டிக் பையில் போட்டு சரசு மாமியிடம் கொடுத்தார்.

“யூ லைக் திஸ் பிஷ்?”

“ஐ லைக் இட் வெரி மச்”

“திஸ் இஸ் எ ரெயார் பிஷ். கிவ் யுவர் நம்பர். ஐ வில் கோல் யூ வென் இட் கம்ஸ் நெக்ட் டைம்”

“வட்?”

“கிவ் யுவர் டெலிபோன் நம்பர்”

கடைக்காரர் மீண்டும் காதில் கை வைத்துச் சைகை காட்டினார். சரசு மாமி, வீட்டுத் தொலைபேசி இலக்கத்தை ஊர் பேர் தெரியாத ஒரு மீன் கடைக்காரரிடம் கொடுக்கலாமா என்று கணம் யோசித்தார். இதில் என்ன ஆகிவிடப்போகிறது? இந்த விளைமீன் வேறு இனி எப்போது கடைக்கு வரும் என்றும் சொல்லமுடியாது. அவராலும் அடிக்கடி இத்தனை தூரம் பயணம்செய்து வெறுங்கையோடு திரும்பவும் முடியாது. கொடுத்தால்தான் என்ன? கடைக்காரர் கொடுத்த கொப்பியில் பெயரையும், தொலைபேசி இலக்கத்தை எழுதிக்கொடுத்தார்.

“யூ இண்டியன் மெடம்?”

“நோ.. ஸ்ரீலங்கன்”

சந்தையை விட்டு வெளியேறியபோது வெயில் உடலெல்லாம் பட்டுச் சிலிர்த்தது. சரசு மாமியின் கைப்பையில் அந்த விளைமீன். அவராக பஸ் பிடித்து, ரயில் பிடித்து, கடையில் கதைத்துப்பேசி வாங்கிய விளைமீன். அவருக்காகவே சமுத்திரங்கள் கடந்து, ஆழ்கடலில் பிடிபட்டு, குளிரூட்டியில் காத்திருந்து கைசேர்ந்த அவரின் விளைமீன். சரசு மாமிக்கு இந்தச் சந்தோசத்தை யாரோடாவது பகிரவேண்டும் போலிருந்தது. ஆனால் இந்த ஊரில் அவருக்கு யாரைத் தெரியும்? ராசனும் ரூபிணாவும் இவரின் கதைகளை காது கொடுத்தே கேட்கமாட்டார்கள். வகுப்பில் சொல்லிக்கொள்ளலாம். ஆங்கிலம் அப்படி, இப்படி என்றாலும் எல்லோரும் எப்படியோ புரிந்துகொள்வார்கள். அவர்களையும் ஒருநாள் சந்தைக்குக்கூட்டி வரலாம். எல்லோரும் கூடி உட்கார்ந்து, கோப்பி குடித்து, கதைகள் பலபேசி.

சரசு மாமி சந்தையிலிருந்து வீடு திரும்பும்போது மதியம் பன்னிரண்டு மணியாகியிருந்தது. மூன்று மணிக்குத்தான் ஹரீஷை குழந்தைகள் காப்பகத்திலிருந்து அழைத்து வர வேண்டும். ரூபிணாவும் ராசனும் வீடு வர எப்படியும் ஐந்து மணிக்கும் மேலேயாகும். நேரம் நிறைய இருந்தது. தலையைப் போட்டு ஒரு சொதி. மூன்று துண்டுகளைப் போட்டு குழம்பு. வாற்பகுதியைப் பொரிக்கலாம். மாமி கத்தியை எடுத்து வெளியே செங்கல் சுவரில் நன்றாக இரண்டு பக்கமும் தீட்டினார். விளைமீனைக் கழுவி எடுத்து, அதன் செதில்களைப் பிறாண்ட ஆரம்பித்தார்.

“எடேய்.. ஓடிப்போய் வாளிக்க தண்ணி நிரப்பிவா”

குழந்தை ஊமல் கொட்டைகளை வானத்தில் எறிந்து அவற்றை பனை மட்டையால் அடித்து விளையாடிக்கொண்டிருப்பான். மாமியின் குரல் கேட்டதும் கிணற்றில் தண்ணி வார்த்துக்கொண்டு வந்து மீன் கழுவ ஊற்றுவான்.

“என்னக்கோய்.. உனக்கு ஒரே மீன்கறியை ஒவ்வொரு நாளும் திரும்ப திரும்பச் சாப்பிட அலுப்படிக்காதா?”

குழந்தைக்கு சரசு மாமியைவிட இரண்டு வயது அதிகமென்றாலும் அவரை அவன் அக்கா என்றே அழைப்பான். மாமி இளையவர் என்றாலும் அவனை அடேய் என்றே அழைப்பார்.

“ஒரே மீன்கறி இல்லையப்பன். ஒரொரு நாளும் ஒரொரு மீன். விளைமீன் எண்டாலும் ஒரொரு மீனுக்கு ஒரொரு ருசி. ஒரொரு கறிக்கும் ஒரொரு பதம். நேற்று சமைக்கேக்க இருந்த கை இண்டைக்கு

இல்ல. நேற்று சாப்பிடேக்க இருந்த நாக்கு இண்டைக்கு இல்ல. விளங்குதா?"

"எனக்கெண்டால், குழைச்சடிச்சால் எல்லாக்கறியும் ஒண்டுதான் அக்கோய்"

வாளியை வைத்துவிட்டு குழந்தை மீண்டும் விளையாடப் போய்விடுவான்.

மாலையில் திரும்பிய ரூபிணா மூக்கைப் பொத்திக்கொண்டே வீட்டுக்குள் நுழைந்தாள்.

"ஆரு இப்படி நடு வீட்டுக்க மீனைக் கொண்டுவந்து சமைச்சது? ச்சைக். நாறுது"

அவள் போட்ட சத்தத்தில் தூங்கிக்கொண்டிருந்த சரசு மாமியோடு ஹரீஷும் விழித்துவிட்டான். மாமி கட்டிலிலிருந்து எழாமல் அறைக்குள்ளேயே இருந்துகொண்டார். ரூபிணாவின் எந்தச் சத்தத்துக்கும் பதில் கொடுக்கவில்லை.

"இந்த வீட்டில இருக்கிறதுகளுக்கு கொஞ்சமெண்டாலும் ஒரு சென்ஸ் இருக்கா? நாறல் மீனை எங்கனயிருந்தோ கொண்டுவந்து வீட்டை நாறடிக்குதுகள்"

ரூபிணா புறுபுறுத்துக்கொண்டே யன்னல்களைத் திறந்து வைத்து, வாசனைத்திரவியத்தை எடுத்து வீடு முழுதும் விசிறி அடித்தாள். கறிச்சட்டி திறந்துபார்க்கப்படும் சத்தம் கேட்டது. ஆனால், ஏனோ அவள் சரசு மாமியிடம் நேரில் வந்து எதுவும் கேட்கவில்லை. யார் போய் மீன் வாங்கியது? எங்கிருந்து வந்தது? எதையும் விசாரிக்கவில்லை. குளித்துவிட்டு வந்த பிற்பாடும் புறுபுறுத்துக்கொண்டிருந்தாள். ஏதோ தீவார்கூட்டம் என்று அவள் சொன்னதும் மாமியின் காதுகளுக்குள் எட்டியது. மாமி தன் அறையைவிட்டு வெளியே வரவேயில்லை.

சரசு மாமிக்குத் திருமணமாகிச் சரியாக எட்டாம் நாள் அது. அன்றைக்குத்தான் அவர் கணவன் விடுமுறைக்குப்பின்னர் வேலைக்குத் திரும்பிப்போகிறான். பத்துமணியளவில் பெட்டி மீன்காரரின் ஹோர்ன் சத்தம் கேட்டதும் மாமிக்கு இருப்புக் கொள்ளவில்லை. பெட்டியிடம் இரண்டு ஓரா மீன்களை வாங்கிக் குழம்பு, சொதி, பொரியல், முளைக்கீரை என்று மத்தியானச் சமையலை அமர்க்களப்படுத்தி, கணவன் வீடு திரும்புவதற்காக காத்திருக்கிறார். இரண்டு மணிக்குப் பாடசாலை முடிந்து வீடு திரும்பிய புதுக்கணவன், கிணற்றடியில் கால் கழுவும்போது கத்தினான்.

“ச்சிக். எங்காலயிருந்து இந்த செலிட்டு நாத்தம் வருகிது? அரியண்டம்”

கணவனுக்குக் கடலுணவையே கண்ணில் காட்டக்கூடாது என்று அன்றைக்குத்தான் சரசு மாமிக்குத் தெரிந்தது. அதற்காக, எட்டுநாள் புதுமனைவிமீது அவனேன் அவ்வளவு கோபப்பட்டான் என்று இதுநாள் வரையிலும் சரசு மாமியால் விளங்கிக்கொள்ளவே இயலவில்லை. யாரேனும் இந்த அளவுக்கு ஒருவரை மோசமாகத் திட்ட முடியும் என்றும் அன்றைக்குத்தான் அவருக்குத் தெரிந்தது. தேவையேயில்லாமல் அவன் சரசு மாமியோடு அவர் தீவையும் இழுத்துத் திட்டினான். மாமி அவர் வீட்டில் ஒரே பிள்ளை. ஐயாவின் செல்லம். ஒரு மீன்குழம்பு சமைத்ததற்காக இவ்வளவு திட்டு வாங்கவேண்டிவரும் என்று அவர் கனவிலும் நினைத்துப் பார்த்திருக்கவில்லை. ஆனால் அன்றைக்கு மாமி கணவன் பேச்சுக்கு மறுபேச்சு எதுவும் பேசவில்லை. அழக்கூட இல்லை. அவருக்கு எவர்மீதும் கோபமும் வரவில்லை. கறிகளை உடனேயே பத்திப்பக்கம் வெட்டித்தாட்டுவிட்டு, வீடு முழுதும் சாம்பிராணிப்புகை போட்டு, அவசர அவசரமாக ஒரு கத்தரிக்காய்க்குழம்பு வைத்து, கணவன் முன்னே சிரித்தபடி போய் நின்றார். அன்றைக்கு ஆரம்பித்தது, இந்த முப்பத்தைந்து வருடங்களில் பெரிதாக எதுவுமே மாற்றமடைந்துவிட்டது என்று சொல்லமுடியாது. முதலில் கணவன். அவர் இறந்த பின்னர் இப்போது ராசன். அவனோடு சேர்த்து அவன் மனைவி ரூபிணா.

ரூபிணா இன்னமும் ரோந்து விமானம்போல விடாமல் புறுபுறுத்துக்கொண்டேயிருந்தாள். அறைக்கு வெளியே செல்லத் தோன்றாமல் சரசு மாமி புரண்டு படுத்துக்கொண்டார். வாசற்கதவு திறக்கும் சத்தம் கேட்டது. ராசனும் வந்துவிட்டான்.

“ச்சிக்.. ஆரு நடு வீட்டுக்க கொண்டுவந்து மீன் சமைச்சது?”

மாமி அடுத்தபக்கம் புரண்டு படுத்தார்.

*

அந்த மீன் குழம்பின் நறுமணம் ஒரு வாசனைத் திரவியத்தைப் போல அன்றிலிருந்து சரசு மாமியோடு ஒட்டிக்கொண்டுவிட்டது. நினைக்கும் போதெல்லாம் அதன் வாசம் மூக்கில் எட்டியது. உடைகளைத் தோய்த்தாலும், எத்தனை தடவை குளித்தாலும் அது அவர் உடலைவிட்டு விலகவேயில்லை. செல்லும் இடமெல்லாம் அதுவும் அவரோடு கூடவந்தது. ஆங்கில வகுப்புக்கும், குழந்தைகள்

காப்பகத்துக்கும், மாலையில் நடைப்பயிற்சியின் போதும் அதன் வெடுக்கு அவரோடு சேர்ந்து நடந்தது. அவரின் கடைவாய்ப்பல் இடுக்குகளில் அந்த விளமீனின் சிறுதுகள் ஒன்று சிக்கிக்கொண்டு எந்நேரமும் இடறிக்கொண்டிருந்தது. இரண்டே நாளில், மீண்டும் சந்தைக்குப்போகலாமா என்று எழுந்த சிந்தனையைக் கட்டுப்படுத்த மாமி சிரமப்பட்டார். வேண்டாம். அந்தச்சனியனை வாங்கிக்காய்ச்சி, தேவைக்கில்லாமல் ஏச்சு வாங்க வேண்டாம். இனிமேல் மீன் என்ற சாமானே வீட்டில் சமைக்க வேண்டாம். மாமி மனதுக்குள் உறுதி எடுத்துக்கொண்டார்.

நாலு நாள், ஒரு வாரம், இரண்டு வாரங்கள் எப்படியோ கழிந்தன. மெது மெதுவாக அந்த விளைமீனின் வாசம் அவரினின்று வடிந்துகொள்ள ஆரம்பித்திருந்த சமயம். ஒருநாள் அந்தத் தொலைபேசி அழைப்பு வந்தது. வீட்டில் யாருமிருக்கவில்லை.

"கான் ஐ ஸ்பீக் டு ஸரஸ்வடி மெடம்"

"ஐ ஆம் சரஸ்வதி ஸ்பீக்கிங்"

"மெடம்.. ஹவ் ஆர் யு? யுவர் பிஷ் இஸ் ஹியர்"

"வட்?"

"யுவர் பிஷ் மெடம்.. வைட் கலர் வன்.. புரம் ப்ரெஸ்டன் மார்க்கட்"

சரசு மாமிக்கு அப்போதுதான் விடயம் உறைத்தது. சந்தைக்கடையிலிருந்து தொலைபேசி எடுக்கிறார்கள். மீண்டும் அந்த ஊர் விளைமீன் சிக்கியிருக்கிறது. இவரின் ஞாபகம் வந்து அழைத்துச் சொல்கிறார்கள். காக்கைதீவில் கொண்டுபோய்விட்டுவந்த நாய்க்குட்டி எப்படியோ மணம்பிடித்து மீண்டும் வீடுதேடி வந்து சேர்வதுபோல, மீன்குழம்பின் நினைப்பு மீண்டும் சரசு மாமியிடம் நெருங்கி வந்து ஒட்டிக்கொண்டது. வேண்டாம்.மீண்டும் மகனோடும் மருமகளோடும் சில்லெடுக்க முடியாது. சந்தைக்குப் போகவேண்டாம். மாமி டிவியைப்போட்டு கொஞ்சநேரம் செய்திகளைப் பார்த்துக்கொண்டிருந்தார். ஒழுங்காயிருந்த படுக்கையை மீண்டும் உதறிப்போட்டு விரித்தார். வேண்டாம், அரியண்டம். மத்தியானச் சமையலுக்கு வெந்தயக்குழம்பு செய்யலாம் என்று உள்ளி, வெங்காயம் உரித்து வைத்தார். உடுப்புகளை உதறி அடுக்கிவைத்தார். மீண்டுமொருமுறை குளித்தார். மணிக்கூடு பதினொன்று காட்டியது. இப்போது புறப்பட்டால் ஓடிப்போய் அதை வாங்கிக்கொண்டு ஒரு மணிக்குள் திரும்பிவிடலாம். ஆனால் வீட்டுக்குள் சமைத்தால் ராசனும் ரூபிணாவும் நெருப்பு

எடுப்பார்களே? சரசு மாமி சற்றுநேரம் உட்கார்ந்து யோசித்தார். வேண்டாம் வேண்டாம். எதற்கு சோலி. வேணவே வேண்டாம்.

சரசு மாமி ஒரு முடிவோடு சேலையொன்றை அவசரமாகச் சுற்றிக்கட்டி, வீட்டைப்பூட்டிக்கொண்டு பேருந்துத் தரிப்பிடத்துக்கு ஓடினார்.

அன்று சந்தையிலிருந்து வீடு திரும்பும்போது மாமியின் கையில் மீன் பையோடு சிறிய எரிவாயு அடுப்பும் கூடவிருந்தது. பிக்னிக் போகிறவர்கள் பயன்படுத்தும் அடுப்பு அது. அடுப்போடு மிகச்சிறிய எரிவாயு சிலிண்டர்களையும் சந்தையிலிருந்த சைனீஸ் கடையில் அவர் வாங்கி வந்திருந்தார். வீட்டின் பின்வளவில் இருந்த தோட்டக்கருவிகள் வைக்கும் சிறிய தகரக் கொட்டகையை அவசரமாக ஒதுக்கி, அடுப்பை வைத்து, அங்கேயே மீனைக் கழுவி, வெட்டி, குழம்பு காய்ச்சி, மதியம் அங்கேயே உட்கார்ந்து சாப்பிட்டுவிட்டு மீதிக்கறியையும் அந்த இடத்திலேயே மூடி வைத்தார். ஹரீஷைக் கூட்டப் போவதற்கு முன்னர் வீடு முழுதும் சாம்பிராணிப்புகை போட்டார். மாலையில் வீடு திரும்பிய ரூபிணா, வீட்டினுள் புதினமாகச் சாம்பிராணிப்புகை போடப்பட்டிருந்ததைப்பற்றி எதுவும் கேட்கவில்லை. ராசன் கவனிக்கவேயில்லை.

அடுத்தவாரமும் சந்தைக்கடையிலிருந்து தொலைபேசி அழைத்தார்கள். அதற்கடுத்த வாரமும் இதே நடைமுறை தொடர்ந்தது. பருவகாலமாக இருக்கவேண்டும். விளைமீன் வாராவாரம் கடைக்கு வந்துகொண்டிருந்தது. சரசு மாமி விளைமீன் தவிர்த்து ஒட்டி, அரக்குளா, சூடை என்றும் மீன்களை வாங்க ஆரம்பித்தார். அந்தச் சீக்கிய ஓட்டுநரின் பெயர் ஹர்வீந்தர் என்று தெரியவந்தது. இன்னொரு துருக்கியப் பேருந்து ஓட்டுநரும் சரசு மாமிக்குப் பரிச்சயமானார். சந்தையில் ஓரிரு முதியவர்கள் மாமியை இனங்கண்டு அறிமுகமாய்ப் புன்னகைக்க ஆரம்பித்தனர். மாமி நாளடைவில் மீன் வாங்கிவிட்டு அரக்கப்பறக்கத் திரும்பாமல், சந்தையிலேயே ஆற அமர உட்கார்ந்து கோப்பிக்கடையில் கப்புசீனோ வாங்கிக்குடிக்க ஆரம்பித்தார். ஆரம்பத்தில் மூன்று சரை ஈகுவல் சீனி போட்டவர் பின்னர் இரண்டு, ஒன்று என்று குறைத்து, சீனியே போடாமல் குடிக்கவும் பழகினார். சமயத்தில் ஆங்கில வகுப்பில் அவரோடு கூடப்படிக்கும் சூடானிய வயோதிபர் ஒருவரும் மாமியோடு இணைந்துகொள்வதுண்டு. முந்தையநாள் சமைத்த மீன் கறி மீதமிருந்தால், சோற்றோடு கட்டிக்கொண்டுவந்து சந்தையில் வைத்தே சூடானியருக்கும் கொடுத்து மாமி சாப்பிடுவார். “வாவ் இட் ஸ்மெல்ஸ் நைஸ்” என்றபடி அவர்களுக்குக் கைகாட்டியபடி

மனிதர்கள் கடந்துபோவர். வாரத்துக்கு இரண்டு தடவையேனும் மாமி இப்படி சந்தைக்கு வர ஆரம்பித்தார்.

ஏனைய ஐந்து நாட்களும் அந்த இரண்டு நாட்களுக்காகக் காத்திருக்க ஆரம்பித்தார்.

*

“ஷிட்.. ஆரு இந்த விசர் வேலையைப் பாத்தது?”

ஒருநாள் பின்வளவு கொட்டகையிலிருந்து ராசன் கத்தியபோது சரசு மாமி கொடியில் உடுப்புப்போட்டுக்கொண்டிருந்தார். என்றோ இது நடக்கும் என்று அவர் எதிர்பார்த்ததுதான். மாமி பதில் எதுவும் பேசாமல் ஈர உடுப்பைத் தொடர்ந்து விரிக்க ஆரம்பித்தார்.

“எவ்வளவு நாளா இது நடக்குது அம்மா? இதுக்குள்ள வச்சு சமைச்சிருக்கிறீங்கள்? ச்சிக் நாறுது. பக்கத்துவீட்டுக்காரன் கொம்ப்பிளெயின் பண்ணினா கதை சரி.. நெருப்புப் பத்தி வீடு எரிஞ்சுது எண்டால் இன்சூரன்ஸ் வேற குடுக்கமாட்டாங்கள்”

மாமி ராசனை ஏறெடுத்தும் பார்க்காமல் உடுப்பை கொடியில் விரித்தபடியே சொன்னார்.

“வீட்டுக்கையும் சமைக்கேலாது.. வெளியையும் சமைக்கேலாண்டா வேற எங்கை வைச்சுத்தான் சமைக்கிறது அப்பன்?”

“சமைக்காதீங்கோ.. மீன் சமைக்காட்டி என்ன குடியா முழுகிடும்?”

மாமி எந்தப் பதட்டமுமில்லாமல் சோட்டியைப் படக்கென்று ஒரு உதறு உதறிவிட்டுக் கொடியில் போட்டார்.

“எனக்கு முழுகிடும்தான். உனக்குச் சொல்லி விளங்கப்படுத்த ஏலாது ராசன். எதுக்கு வீணாப் பிரச்சினை? நான் பேசாம தனியா எங்கையாவது அறை எடுத்துக்கொண்டு போயிடுறன்”

ராசன் தாயிடமிருந்து அப்படியொரு பதில் வருமென்று எதிர்பார்க்கவேயில்லை. தடுமாறிப்போய் நின்றவன் விடுக்கென்று வீட்டுக்குள்ளே போய்விட்டான். அன்று முழுதும் யாரும் மாமியோடு பேசவில்லை. அடுத்த நாளும் பேசவில்லை. அன்றைய சரசு மாமியின் பதிலுக்குப் பின்னர், பின் கொட்டகையில் மீன் குழம்பு சமைப்பது எவராலும் பிரச்சினையாக்கப்படவில்லை. வாராவாரம் சரசு மாமி சந்தைக்குப் போவதும் மீன் சமைப்பதும் தொடர்ந்தே வந்தது. அந்த சூடானியரோடு சேர்ந்து ஒரு மசிடோனியத் தம்பதியரும் மாமியின் சந்தைப் பயணங்களில் இணைந்துகொள்ள ஆரம்பித்தார்கள்.

நாளடைவில் ப்ரெஸ்டன் சந்தை தவிர்த்து வேறு இடங்களுக்கும் அவர்கள் போய்வர ஆரம்பித்தார்கள். மெல்பேர்ன் நகர மையத்துக்குப் போனார்கள். விக்ரோறியா சந்தைக்குப் போனார்கள். பெண்டிகோ, பலராட் போன்ற தூர இடங்களுக்கு ஒருநாள் பயணமாகப் போய்த் திரும்பினார்கள். திரையரங்குக்குச் சென்று படம் பார்த்தார்கள். மாமி தனக்கென ஒரு கைத்தொலைபேசியும் வாங்கி வைத்துக் கொண்டார். ஒவ்வொரு வாரமும் எங்கெங்கெல்லாம் போவது? என்னென்னவெல்லாம் செய்வது? என்பதையெல்லாம் ஒரு நோட்டுப்புத்தகத்தில் எழுதி ஒழுங்கமைத்தார்.

ஒருநாள், "*How to cook a white snapper curry?*" என்று ஆங்கிலத்தில் சிறு செய்முறைக் கட்டுரை ஒன்றை எழுதி மாமி வகுப்பில் வாசித்துக்காட்ட, அது ஆசிரியருக்குப் பிடித்துப்போய், அவர் அதை உள்ளூர் நகரசபை வார சஞ்சிகைக்கு அனுப்பிவைத்தார். அடுத்த வாரமே அந்தச் சஞ்சிகையில் 'திருமதி சரஸ்வதி பேரம்பலம்' என்ற மாமியின் முழுப்பெயரோடு அவரின் சிறுபடமும் போட்டு, இருபத்துநான்காம் பக்கத்தில் கட்டுரை வெளியாகியிருந்தது. உற்சாகத்தில் மாமி வாராவாரம் பத்திரிகைக்கு எழுத ஆரம்பித்தார். விளைமீன் புட்டு, விளைமீன் பொரியல், பத்தியக்கறி, சுறா வறை, இறால் தலைச் சொதி என்று அவருடைய கைப்பக்குவங்கள் எல்லாம் ஒவ்வொன்றாகப் பத்திரிகையில் வெளியாக ஆரம்பித்தன. சமையல் படங்களையும் அவரே கைத்தொலைபேசியில் பிடித்து, கடையில் பிரிண்ட் பண்ணி எடுத்து, சஞ்சிகைக்கு அனுப்புவார். ஒருகட்டத்தில் பத்திரிகையில் எழுதவேண்டும் என்பதற்காகவே புதுப்புதுக் கறிகளை சரசு மாமி செய்துபார்க்க ஆரம்பித்தார். புதுப்புது மீன்களை வாங்கிச் சமைக்கலானார். வாரம் மூன்று நாட்கள் சந்தைக்குப் போக ஆரம்பித்தார். அந்த மீன் கடைக்காரரும் மாமிக்கு நெருங்கிய நண்பராகிவிட்டார்.

"வீ ஆர் மூவிங் மெடம்.. கோயிங் டு புட்ஸ்கிரே"

"பார்டன்?"

"வி ஆர் குலோசிங் திஸ் ஷோப். நெக்ஸ்ட் மந்த் வீ ஆர் இன் புட்ஸ்கிரே"

"விச் ஸ்டேஷன் இட் இஸ்?"

"இட்ஸ் டூ ஃபார் மெடம்.. யு டேக் டு ட்ரெயின் அண்ட் எ பஸ்"

அந்த மீன்கடை நிரந்தரமாகவே புட்ஸ்கிரே என்கின்ற தொலைவிலுள்ள ஊருக்கு இடம்மாறுகிறது என்பதை

மாமியால் சீரணிக்கவே இயலவில்லை. அபூர்வமாக அந்த ஒரு கடையில்தான் விளைமீன் வந்துகொண்டிருந்தது. விளைமீன் வரத்து இல்லையென்றால் பிரெஸ்டன் சந்தைக்குத் தொடர்ச்சியாக வரவேண்டிய தேவையும் நின்றுவிடும். அந்தப்பயணம் கொண்டுவந்து சேர்த்த அத்தனையும் கொஞ்சம் கொஞ்சமாக அகன்றுவிடும். என்ன செய்யலாம்? மாமிக்குத் தான் இத்தனை நாள்களும் மீளக்கட்டியமைத்த வாழ்வு தம்மைவிட்டு நழுவித்தப்பி நீந்தி ஓடுவதுபோலத் தோன்றியது. ஏதாவது செய்ய வேண்டுமே. என்ன செய்யலாம்? புட்ஸ்கிரே சந்தைக்குப் இலகுவாகப் போய்வருவதற்கு வழி என்ன? இரண்டு ரயிலும் இரண்டு பேருந்தும் எடுத்து எப்படி சந்தைக்குப்போவது?

*

சரசு மாமி கிட்டத்தட்ட துள்ளியே குதித்துவிட்டார்.

மூன்றாவது தடவை அந்த அதிசயம் நிகழ்ந்துவிட்டது. சரியான வேகத்தில் சென்று, சரியாக விதிகளைப் பின்பற்றி, முறையாகப் பார்க்கிங் செய்துகாட்டி, ஓட்டுநர் பரீட்சையில் மாமி சித்தியடைவார் என்று ஆறு மாதங்களுக்கு முன்னர் யாரேனும் அவருக்குச் சொல்லியிருந்தால் அவரே விழுந்து விழுந்து சிரித்திருப்பார். ஆனால் வென்றுகாட்டிவிட்டார். ரூபிணாவின் முகச்சுழிப்பு, ராசனின் நக்கல், பயிற்சியாளரின் திட்டு என எல்லாவற்றையும் சமாளித்துக்கொண்டு, பரீட்சை எழுதி, செயன்முறையில் முதல் இரண்டு தடவைகள் தவறினாலும் மூன்றாவது தடவை சித்தி எய்தி, பெருமிதத்தோடு வீட்டில் வந்து சொன்னபோது, ராசனுடைய பதில்,

“இந்த வயசில கார் ஓடி, அடிபட்டுக்கிடந்தா நாங்கள்தான் ஆஸ்பத்திரிக்கு அலையோணும்.”

மாமி கணக்கே எடுக்கவில்லை. தான் கொஞ்சம் கொஞ்சமாகச் சேர்த்து வைத்திருந்த மூவாயிரம் டொலர் காசில் பழைய டோயோட்டோ கொரொல்லா ஒன்றை அந்த மசிடோனியத் தம்பதியின் உதவியோடு வாங்கிக்கொண்டார். முதல்வாரம் அவர்களுடைய வீதியில் ஓடிப்பார்த்தார். நம்பிக்கை வந்தது. இரண்டாம் வாரம் எப்பிங் பிளாசாவரை போய்வந்தார். தைரியம் வந்தது. மூன்றாவது வாரம் அதிவேகசாலையில் நுழைந்துபார்த்தார். நான்காம் வாரம்.

விஸ்தாரமான புட்ஸ்கிரே சந்தையில் மீன்கடையைத் தேடிக்கண்டுபிடிப்பது மிகச்சிரமாக இருந்தது.

“ஹலோ செஃப் மெடம். யூ ஆர் ஹியர். ஹவ் டிட் யு கம்?” மாமி சற்றே கூச்சத்தோடு சொன்னார்.

“ஐ டிரைவ் மை கார்”

“வாவ்.. வொண்டர்புல் மெடம். சொறி. யுவர் பிஷ் இஸ் நொட் கமிங்.. நோ சீசன்”

மாமிக்கு முகம் தொங்கிப்போனது. ஊர் விளைமீனோடு தான் டிரைவிங் லைசன்ஸ் எடுத்த விடயத்தைப் பகிரவேண்டும்போல இருந்தது. ஆனால் அதிட்டம் இல்லை. மீனை பின் சீட்டுக்கடியில் வைத்து, பாட்டுக்கேட்டுக்கொண்டே டிரைவ் பண்ணும் யோகம் அவருக்கு இல்லை. அந்த மீனுக்கும் இல்லை. இனி அது எப்போது சந்தைக்கு வருமோ?

“ப்ளீஸ் கோல் மீ இப் இட் கம்ஸ். யூ நோ மை மொபைல் நம்பர்?”

“யெஸ்.. யெஸ்.. ஐ வில் கோல் யூ”

மாமி சீலா மீனையும் சில மரக்கறிகளையும் வாங்கிக்கொண்டு வீடு திரும்பினார். கார் ஓடப் பழகியதால் கடைக்குப்போய் சாமான்கள் வாங்குவதிலிருந்து கிளினிக்குக்குப் போவதுவரை எல்லாவற்றையும் மாமியே செய்ய ஆரம்பித்தார். காலையில் எழுந்ததுமே எங்கே போகலாம் என்று யோசிக்க ஆரம்பித்துவிடுவார். அந்த சூடானியரையும், மசிடோனியத் தம்பதியையும் ஏற்றிக்கொண்டு கோயில்களுக்குப்போய்வந்தார். அவர்களுடைய தேவாலயங்களுக்குப்போனார். வைன் தோட்டங்களுக்குப் போனார். ஓய்வூதியம் கிடைக்க ஆரம்பித்ததால் ஆங்கில வகுப்புக்குப் போவதை நிறுத்திவிட்டார். சமையல் குறிப்புகளையும் எழுதுவதை நிறுத்திவிட்டார். மீன்கடையிலிருந்தும் அழைப்பு வராததால் சந்தைக்கும் அடிக்கடி போவதில்லை. இப்போதெல்லாம் மாமி வீட்டில் மீன் சமைப்பது குறைந்துவிட்டது. ஏன், சமைப்பதே இல்லை எனலாம். வீட்டிலேயே இருப்பதில்லை.

000

“அக்கோய், நீ கலியாணம் கட்டிப்போனா, ஆரு எனக்கு இப்பிடி மீன் குழம்பு சமைச்சுத்தருவினம்?”

சாப்பிட்டுக்கொண்டிருக்கையில் குழந்தை ஒருநாள் திடீரென்று கேட்டான். குழந்தை பொதுவாக வீட்டுப்பின்பத்தியிலிருந்துதான் சாப்பிடுவான். ஐயாவும், அம்மாவும், சரசு மாமியும் சாப்பிட்ட பின்னர், மாமி அவனுக்குப் போட்டுக்கொண்டுவந்து கொடுப்பார்.

அவனுக்கென்று தனியாக பொரிச்சமீன் எடுத்து வைத்திருப்பார். அவன் சாப்பிட்டு முடியும்வரை மாமிக்கும் பத்தியிலேயே ஏதேனும் ஒரு அலுவல் நிச்சயம் இருக்கும். சாப்பிடும்போது குழந்தைக்கு உலகம் என்ற ஒன்று சுற்றிக்கொண்டு இருக்கும் பிரக்ஞையே இருக்காது. மீன் முள்ளைக்கூட இறைச்சி எலும்பைச் சூப்புவதுபோல சூப்பிச்சாப்பிட்டு உச்சுக்கொட்டுவான்.

"குழம்பெண்டா இதல்லோ குழம்பு.. உந்த சட்டிக்க கிடக்கோணும் எண்டுதான் கடல்ல கிடக்கிற மீனெல்லாம் தேடிவந்து களங்கண்டில ஆப்பிடுதுகள் அக்கோய்" அவன் ஒருவன் ரசித்துச் சாப்பிடுவதைப் பார்ப்பதற்காகவே வாழ்க்கை முழுதும் மீன் சமைத்துக்கொட்டலாம்போல சரசு மாமிக்கு இருக்கும்.

"நான் கலியாணம் கட்டி எங்க போறனோ அங்கனயே நீயும் வந்துடு குழந்தை. உன்னை விட்டா எனக்கு ஆரு கோர்வை கொண்டுவருவினம் சொல்லு?" குழந்தை ஆமோதிப்பது போலவே தலையாட்டியபடி, அப்படியே கோப்பையோடு எடுத்து மீதிக்குழம்புச்சொதியை உறிஞ்சுவான். புங்குடுதீவுவரை அவன் கோப்பை உறிஞ்சும் சத்தம் கேட்கும்.

நான்காவது தடவையும் தொலைபேசி மணி அடித்தது. ராசன்தான் எடுத்தான்.

"ஹலோ.. ஸரஸ்வடி மெடம்?"

"ஹூ ஆர் யூ ஸ்பீக்கிங்?"

"வீ ஆர் புரம் பிஷ் மார்க்கட். தட் வைட் சினப்பர் பிஷ் இஸ் ஹியர்"

"வட்?", ராசன் கொஞ்சம் கோபமாகவே கேட்டான்.

"சொறி, ஹெர் மொபைல் இஸ் நொட் வேர்க்கிங். டெல் ஸரஸ்வடி மெடம்.. ஹெர் வைட் சினப்பர் பிஷ் இஸ் ஹியர். இட்ஸ் த சீஸன்."

ராசன் எந்த உணர்ச்சியுமில்லாமல் சொன்னான்.

"மெடம் இஸ் நோ மோர். டோன்ட் கோல் எகெயின்"

மீன் காரரின் குரல் தடுமாறியது.

"வாட்? வாட் டு யு மீன்?",

"ஷி இஸ் பாஸ்ட் எவே. ஹார்ட் அட்டாக்."

மறுமுனை பதிலேதும் சொல்லாமல் அமைதியானது.

பறவைகளின் நண்பன்

தாமரைச்செல்வி

மெல்லிய பச்சை வண்ணம் பூசப்பட்ட, கைப்பிடி சற்று வளைந்திருந்த அந்த மர இருக்கையில் அவன் அமர்ந்திருந்தான். ஒரு மாதத்தின் பின் அவனைப் பார்த்ததில் ஒரு மகிழ்ச்சி வந்தது. அவன்தானா என்று பார்வையைக் கூர்மையாக்கினேன். சிறகடித்துக்கொண்டே சூழ நின்ற பறவைகளைப் பார்த்த போதே அவன்தான் என மனம் உறுதிப்படுத்தியது.

நடைபாதையிலிருந்து விலகி புல்வெளியில் கால் பதித்து அவனை நோக்கிப்போனேன். இடது பக்கம் குழந்தைகள் விளையாடிக்கொண்டிருந்தார்கள். முன்பென்றால் ஞாயிற்றுக்கிழமை மாலைகளின் இந்த இடம் கலகலப்பாக இருக்கும். நிறைய கூட்டம் இருக்கும். நடைபாதையில் நடப்பதே சிரமமாக இருக்கும். புல் வெளியில் குழந்தைகள் ஓட பெற்றோர் பின்னால் துரத்திக்கொண்டிருப்பார்கள்.

இப்போது இந்த கோவிற் பிரச்சனையில் சனங்கள் வந்து அதிகம் உலவுவதில்லை. தங்கள் சுதந்திரத்துக்கு கட்டுப்பாடு வந்துவிட்டதே என்று சலித்துக்கொண்டே வீட்டுக்குள்ளேயே அடைந்து கிடக்கிறார்கள். கட்டுப்பாடு சிறிது தளர்ந்த நேரத்தில் இப்படி ஒரு ஞாயிற்றுக்கிழமைகளில் இந்த பூங்காவுக்கு குழந்தைகளை விளையாட கூட்டி வருகிறார்கள்.

இந்த பூங்கா புல்வெளிகளுடனும், நடைபாதையுடனும் பரந்திருக்கிறது. அதன் ஒரு பக்கத்தில் சிறிய நீரோடை. அதன் குறுக்காக சிறிய மரப்பாலம். நீரோடையின் சரிவில் பச்சைப்பசேலென்ற பசுமை. அந்த சரிவின் மேட்டில் இரண்டு உயரமான மரங்கள். அதன் அருகே வரிசையாய் நான்கு மர இருக்கைகள். அதில் கடைசியாய் இருந்த இருக்கை மட்டும் பச்சை வண்ணம் அடிக்கப்பட்டு தனியாய் தெரியும். அதன் கைப்பிடிகள் சற்று வளைந்திருக்கும். அந்த இருக்கையில்தான் அவன் அமர்ந்திருந்தான். எப்போதுமே அந்த இருக்கையில்தான் அவன் அமர்வான். அதற்கு ஏதும் காரணங்கள் இருக்குமோ தெரியவில்லை.

அவனுக்கு மிகவும் நீளமான பெயர். சுருக்கமாக ஜோ. பளபளத்த மஞ்சள் நிற முகம். சிறிய கண்கள். எதிரே நிற்பவரை ஊடுருவும் பார்வை. புன்னகை மலர்ந்திருக்கும் உதடுகள் . பார்த்த முதல் வினாடியே பிடித்துப்போகும் வசீகரம்.

சற்று குனிந்து மடியில் வைத்திருந்த பைக்குள் இருந்த தானியங்களை வலது கையால் எடுத்து விசிறி விசிறி போட்டுக்கொண்டிருந்தான். வேகமாய் வந்து உண்ணும் பறவைகள் மீது அவன் பார்வை பதிந்திருந்தது. அந்த பறவைகள் மீது என்ன பிரியமோ...

இந்தப் பறவைகளுக்காகவே அவன் இங்கு வருகிறானோ என்று பல சமயங்களில் நான் நினைத்துக்கொள்வதுண்டு. வெண் நிறத்தில் சாம்பல் நிறம் தடவிய இறகுகளுடன் இந்த பறவைகள் கூட்டமாய் நின்று உண்பதை பார்க்க மிகவும் அழகாக இருக்கும்.

நீரோடைகள் இருக்குமிடங்களில் இந்த பெலிகன் இன பறவைகளைப் அதிகம் பார்க்கலாம். பிரிஸ்பேர்ணில் பல இடங்களில் இப்பறவைகள் உலவுவதை பார்த்திருக்கிறேன். நான் அப்பறவைகளை பார்த்துக்கொண்டே கிட்ட நெருங்கினேன்.

க்கும் ......க்கும் என்று சிறு ஒலியை எழுப்பியபடியே தங்கள் முன்னால் வந்து விழும் வெண்ணிற பொரிகளை தம் நீண்ட அலகினால் கொத்தி விழுங்கிக் கொண்டிருந்தன.

சற்று குனிந்திருந்த அவனின் உதடுகள் சிறிது அசைவது போல் தெரிந்தது. அந்த பறவைகளுடன் ஏதாவது பேசுகிறானா.... என்ன பேசுவான்....

தான் பிறந்து வளர்ந்த வியட்நாம் பற்றியோ... அல்லது கடல் தாண்டி வந்து இப்போது வாழும் அவுஸ்திரேலிய வாழ்வு பற்றியோ பேசக்கூடும். சமீபகாலமாக தான் அனுபவிக்கின்ற துயரம் பற்றிக்கூட பகிரக்கூடும்.

நான் அருகே சென்று " ஜோ .." என்றேன்.

சட்டென்று நிமிர்ந்தவன் " டொக்டர் " என்றபடி எழுந்து நின்றான்.

மாலைநேர மஞ்சள் வெய்யில் பட்டு அவன் முகம் பொன்னிறமாய் ஒளிர்ந்தது. சிறிய கண்களில் சிறு மலர்வு தெரிந்தது. என்னை எதிர்பார்த்தவன் போல அவன் மெல்ல புன்னகைத்தான். தடித்த உதடுகள் சற்று விரிந்து மூடியது. சதைப்பிடிப்பான கன்னத்தை கையால் தேய்த்தபடி " ஹலோ டொக்டர் .. நான்கு

ஞாயிற்றுக்கிழமைகள் நீங்கள் இங்கு வரவில்லை. இன்று வரக்கூடும் என்று என் மனசு சொன்னது." என்றான். தெளிவான ஆங்கிலத்தில் பேசினான்.

"மாறி மாறி ஏதாவது வேலைகள் வந்து விடுகின்றன. என்ன ஜோ. பறவைகள் என்ன சொல்கின்றன."

அவன் அதே புன்னகையுடன் பறவைகளைப் பார்த்தான்.

"பறவைகளின் பாஷை கூட எனக்கு இப்போதெல்லாம் புரிகிறது டொக்டர்"

"நல்லது. நீ பேசிக்கொண்டிரு. உன்னிடம் சொல்ல ஒரு விஷயம் இருக்கிறது. வருகின்ற புதன்கிழமை ஒரு மருத்துவ கற்பித்தலுக்காக பேர்த்துக்கு போகிறேன். மூன்று மாதம் அங்கேதான் இருப்பேன். வரும் செப்டம்பர் கடைசியில் திரும்பி வந்துவிடுவேன். "

ஒரு வினாடி அவன் முகம் மாறியது. ஒரு வித தவிப்போடு என்னைப் பார்த்தான்.

"கவலைப்படாதே. எல்லாவற்றுக்கும் இங்கே மருத்துவ வசதி இருக்கிறது. எதுவென்றாலும் எங்கள் மெடிக்கல் சென்ரருக்கு போ. டொக்டர் மார்ஷாவிடம் காட்டிக்கொள்."

"சரி டொக்டர் " குரல் மெலிதாய் ஒலித்தது.

என் தோளுக்கு மேலாக பின்புறம் சென்ற அவன் பார்வையில் ஒரு மிரட்சி தெரித்தது. நான் திரும்பிப் பார்த்தேன்.

பொன் நிற முடிகள் தோளில் பரவ வெள்ளை வெளேரென்ற நிறத்தில் பழுப்பு கண்களுடன் மெல்லிய உயரமான தோற்றத்தில் ஒரு இளம்பெண் முகமெல்லாம் சிரிப்புடன் வந்து கொண்டிருந்தாள்.

"அவள் என் சிநேகிதி லாரா. அவளுக்கு என் விஷயம் தெரியாது."

வார்த்தைகள் திக்கித் திணறி வந்தது.

எனக்குப் புரிந்தது.

"வெறும் சிநேகிதியா...அல்லது...."

"என்னைப் பொறுத்தவரை வெறும் சிநேகிதிதான். அவள்தான் என்னைக் காதலிப்பதாக சொல்லிக்கொண்டிருக்கிறாள். "

நான் அவன் முகத்தைப் பார்த்தேன். கண்களின் கீழ் தசையில் ஒரு அசைவு.

உதடுகளில் ஒரு நடுக்கம். கண நேரத்தில் சுதாகரித்துக்கொண்டு முகத்தில் மலர்ச்சியை வரவழைத்துக்கொண்டான்.

" ஹாய் ஜோ..."

அருகே வந்த பெண்ணிடம் " இவர் டொக்டர் ராஜ். தெரிந்தவர். "

என்று அறிமுகம் செய்து வைத்தான். அந்த பெண் வேறு நாட்டைச்சேர்ந்தவளாய் இருக்கவேண்டும். முக பாவனையும் பளிங்கு கண்களும் ஐரோப்பிய இனத்தவர் என்று அடையாளப்படுத்தியது. அவனை விட சற்று உயரமாக இருந்தாள். அவனை கண்கள் பளிச்சிடப் பார்த்தாள். அந்த பார்வையில் ஒருவித நெகிழ்ச்சி இருந்தது.

நான் ஹலோ சொல்லி இருவரிடமும் விடை பெற்று நடைபாதைக்குத் திரும்பினேன்.

சீராக நடக்கத்தொடங்கினேன். மனம் அமைதியாக இல்லாமல் உள்ளுக்குள் அலைபாய்ந்தது. சிறிது நடந்து விட்டு திரும்பிப் பார்த்தேன். இருவரும் இருக்கையில் அமர்ந்து பேசிக்கொண்டிருந்தார்கள். மனதுக்குள் பெரும் பாரம் அழுத்தியது.

என் ஐம்பது வயதுக்குள் என் மருத்துவ சேவையில் எத்தனையோ பேரைப் பார்த்திருக்கிறேன். விதம் விதமான நோய்கள், விதம் விதமான பாதிப்புக்கள் என்று மொழி தாண்டி இனம் தாண்டி வரும் மனிதர்கள்.

பிரிஸ்பேனின் வடக்கு நகர் ஒன்றின் மருத்துவ நிலையத்தில் கடமை புரியும் என்னிடம் முதல் தடவை ஜோ ஒரு நோயாளியாக வந்த நாள் எனக்கு நன்றாக நினைவிருக்கிறது. அதற்கு முன்னால் ஆறு மாதங்களாக அவனை அறிந்திருக்கிறேன். வேலைகள் அற்ற ஞாயிற்றுக்கிழமைகளில் இந்த பூங்காவுக்கு நான் நடைப்பயிற்சிக்கு வருவதுண்டு. அந்த ஞாயிறுகளில் தவறாமல் அவனை இதே நீரேரியின் கரையில் இதே இருக்கையில் பார்த்திருக்கிறேன். ஆரம்பத்தில் புன்னகையை பரிமாறிக்கொண்டு கடந்து போயிருக்கிறேன். பின்னர் அதே இருக்கையில் அமர்ந்து பேசத்தொடங்கினோம். அவ்வப்போது தன்னைப்பற்றியும் சொல்லியிருக்கிறான்.

அவனது கதை மிகவும் துயரம் நிறைந்தது. சிரித்துப் பேசும் இந்த இளைஞன் இருபத்தெட்டு வயதுக்குள் இத்தனை துன்பம் அனுபவித்திருக்கிறானே என்று கவலையோடு நினைத்திருக்கிறேன்.

" எனக்கு அப்பா இல்லை. அவர் அன்பை நான் உணர்ந்ததில்லை. தம்பிக்கு ஒரு வயது இருக்கும் போதே அவர் எங்களை விட்டு விட்டு

வட வியட்நாமுக்கு போய்விட்டார். அம்மா தனியாக இருந்து எவ்வளவோ கஷ்டப்பட்டு எங்களை வளர்த்தாள். வியட்நாமின் மேகாங் ஆற்றங்கரைக்கிராமம் ஒன்றில்தான் நாங்கள் வாழ்ந்தோம். அம்மாவின் சின்ன வயதுக் காலமெல்லாம் துன்பத்திலேயே கழிந்திருக்கிறது. அமெரிக்க இராணுவத்தின் ஆக்கிரமிப்பு போரின் அத்தனை வலிகளையும் சின்ன வயதில் அனுபவித்தவள். வறுமை ஒருபுறம், உயிர்ப்பயம் ஒருபுறமுமாக மூங்கில் காடுகளில் ஒளித்து ஒளித்து வாழ்வைக் கடந்தவள். அப்பா விட்டுப் போனதும் அதே வறுமை தொடர்ந்தது. பசி பட்டினியோடுதான் எங்கள் வாழ்க்கை இருந்தது. நானும் தம்பியும் நீர் நிலைகளில் தூண்டில் போட்டு பிடித்துவரும் சிறுமீன்களை சுட்டு சாப்பிடுவோம். சோளம் பயிர்செய்வோம். பூசணி நடுவோம். அந்த வருமானங்கள் போதவில்லை. எங்கள் உறவில் சிலர் அவுஸ்திரேலியா போகலாம் என்று தீர்மானித்து எங்களையும் அழைத்தார்கள். இருந்த சிறு நிலத்தையும் விற்று மிகுதிக்கு கடன் பட்டு அவர்களோடு நாமும் புறப்பட்டோம். இந்தோனேஷியா வரை விமானத்தில் வந்து அங்கு ஆறுமாதங்கள் நிர்க்கதியாய் நின்றோம். பின் அங்கிருந்து படகில் இங்கே வந்தோம். நவுறு முகாமில் இரண்டு வருஷம் இருந்து படாதபாடு பட்டோம். ஏன் வந்தோம் என்று கூட நினைக்கவைத்த காலங்கள் அவை.அதன் பிறகு எத்தனையோ விசாரணைகளுக்கு பிறகு பிரிஸ்பேன் கொண்டு வந்து விட்டார்கள். இப்போதும் தற்காலிக விசாதான். அதை புதுப்பித்துக்கொண்டு இருக்கிறோம். இந்த நாடு அனுமதிக்கும் வரை இங்கு வாழலாம் என்ற தற்காலிக நிம்மதிதான் இது."

சுறு சுறுப்பாகவும் அழகாகவும் புத்திசாலியாகவும் உள்ள இளைஞன்...இயற்கையை ரசிப்பவன், பறவைகளை நேசிப்பவன், உள்ளுக்குள் நிறைய சோகங்களை வைத்திருப்பவன்.

சோர்வாக இருக்கிறது, வழமை போல் சாப்பிட முடிவதில்லை என்று சொல்லித்தான் என்னிடம் காட்ட வந்தான். பரிசோதித்துப்பார்த்தேன். காய்ச்சல் இல்லை. இரத்த அழுத்தம் இல்லை. நாடித்துடிப்பு சீராக இருந்தது. யோசித்துப்பார்த்ததில் சின்ன சந்தேகம் எழுந்தது.

" எழுதித் தருகிறேன். இரத்தப்பரிசோதனை செய்து கொள்ள."

அதன்படி அவன் இரத்தம் கொடுத்து. அதன் மருத்துவ அறிக்கை அடுத்தநாள் அவசரம் என்று குறிப்பிடப்பட்டு என் மேஜையில் இருந்தது. அவசரம் என்பதால் தொலைநகலில் அனுப்பப்பட்டிருக்கிறது.

அதைப் படித்த எனக்கு தலை சுற்றியது. ஓரளவு ஊகம் இருந்தது. அதை எழுத்தில் படிக்கும்போது ஆற்றாமை எழுந்தது. அவனுக்கு இரத்தப்புற்றுநோய்க்கான அறிகுறி. இரத்தத்தில் வித்தியாசம் காட்டியது.

வரவேற்பு பெண்ணிடம் சொல்லி அவனை வீட்டில் யாரையாவது கூட்டிக்கொண்டு வரும்படி தகவல் கொடுத்தேன்.

மறுநாள் மதியப்பொழுதில் வந்தான். தனியேதான் வந்தான்.

“ வீட்டிலிருந்து யாரையும் கூட்டி வரவில்லையா..”

அவன் புருவத்தை சிறிது உயர்த்தி கேள்விக்குறியுடன் பார்த்தான்.

“ உன் வீட்டில் உள்ள யாருடனாவது நான் பேச வேண்டும். “

“ ஏன் டொக்டர் எனக்கு ஏதாவது பிரச்சனையா....எதுவாயினும் என்னிடமே சொல்லுங்கள். “

“ உனக்கு இரத்தத்தில் சிறு வித்தியாசம் இருக்கிறது. நீ றோயல் பிரிஸ்பேன் பொது வைத்தியசாலைக்கு போக வேண்டிவரும். உன் மருத்துவ அறிக்கைகளை அங்கு அனுப்பிவிட்டேன். இரத்தபுற்று நோய் நிபுணர் குழுவுடனும் கதைத்திருக்கிறேன். அவர்கள் உன்னை அழைப்பார்கள் “

ஒரு வினாடி அவன் முகம் அதிர்ச்சியில் உறைந்தது. உதடுகள் துடிக்க ஏக்கத்தோடு என்னைப் பார்த்தான். கண்களை வெட்டி முகத்தை தாழ்த்திக்ஃகொண்டான்

.

. சிறிது நேரம் அவனிடமிருந்து எந்த வார்த்தையும் வரவில்லை. தன்னை நிதானப்படுத்த அவனுக்கு அவகாசம் தேவைப்பட்டதை என்னால் புரிந்து கொள்ள முடிந்தது.

ஒரு நிமிட அமைதிக்குப் பிறகு “ டொக்டர் “ என்றான்.

“ உன் வீட்டில் யாரையாவது கூட்டி வா. நான் அவர்களோடு பேசுகிறேன். நீ தைரியமாக இரு “

“ வேண்டாம் டொக்டர் .வீட்டில் யாருக்கும் தெரியவேண்டாம்” “

“ அது எப்படி ஜோ..மருத்துவ பரிசோதனைகளுக்காக பொது மருத்துவமனைக்கு போனால் ஒன்றிரண்டு நாட்கள் தங்க வேண்டியும் வரும். அதற்கு உன் வீட்டு ஆட்களின் உதவி வேண்டும். “

"இல்லை டொக்டர். நானே சமாளித்துக்கொள்வேன். எனக்கு நல்ல நண்பர்கள் இருக்கிறார்கள். அவர்கள் உதவி செய்வார்கள்."

கீழ் உதட்டை பற்களால் கடித்து தன்னை நிதானப்படுத்த முயன்று கொண்டிருந்தான்.

"நன்றி டொக்டர். " என்று சொல்லி எழுந்து போனான்.

மறுநாளே அவன் பொது வைத்தியசாலைக்கு அழைக்கப்பட்டிருக்கிறான். ஒரு வாரத்தில் அவனது விரிவான மருத்துவ அறிக்கை என் கணினி திரையில் விரிந்தது. இரத்தப்புற்றுநோய் அவன் உடலுக்குள் ஊடுருவியிருக்கிறது. அறிக்கையைப் பார்த்தவுடனேயே புரிந்தது. கடுமையான வகையைச்சேர்ந்த இதை குணப்படுத்தும் வாய்ப்பு குறைவு. வெளியே தெரியாமல் உள்ளுக்குள்ளேயே பரவி அவனை விரைவில் கொல்லப்போகிறது.

அவனை ஒரு நோயாளியாக மட்டும் என்னால் பார்க்க முடியவில்லை. அதையும் தாண்டிய ஏதோ ஒரு உணர்வு... அந்த இளைஞனின் நிலை எனக்குள் பதட்டத்தை ஏற்படுத்தியது.

இரண்டாம் நாள் மருத்துவ நிலையம் வந்து என்னை சந்தித்தான். வெயில் நேரம் வந்ததில் முகம் வியர்வையில் மினு மினுத்தது. கொஞ்சம் மெலிந்திருந்தான். கண்களில் சோர்வு இருந்தது. அதைக் காட்டிக்கொள்ளாமல் மெல்லிய புன்னகையுடன் என்னைப் பார்த்தான்.

"என் நிலை பற்றி விளக்கமாக எனக்கு எல்லாமே சொல்லியுள்ளார்கள் டொக்டர். மருத்துவம் பற்றி எதுவுமே எனக்கு தெரியாது. ஆனால் இப்போது என் நோய் பற்றிய சகல விஷயங்களையும் புரிந்து கொள்கிறேன். அவ்வளவு விளக்கம் தந்திருக்கிறார்கள். எந்த நேரமும் என் மரணம் நிகழலாம். இல்லையா டொக்டர் .."

குரல் அடைத்துப்போயிற்று எனக்கு.

"ஓரளவு எதிர்பார்த்ததுதான் டொக்டர் .பரவாயில்லை. எது வந்தாலும் ஏற்றுக்கொள்ள வேண்டியதுதான் .

"உன் வீட்டிலிருந்து யாரையாவது இப்போதாவது கூட்டி வந்திருக்கலாம் ஜோ.."

ஆதங்கத்தோடு கேட்டேன்.

"வேண்டாம் டொக்டர் .இப்போதுதான் எங்கள் வீடு சிறிது நிம்மதியாக இருக்கிறது. நான் பெயிண்ட் கொம்பனி ஒன்றில் வேலை செய்கிறேன். தம்பி ஒரு உணவு விடுதியில் வேலை செய்கிறான். அம்மா இப்போதுதான் சிறிது மகிழ்வோடு இருக்கிறாள். நல்ல உடை உடுத்திக்கொள்கிறாள். நல்ல சாப்பாடு சாப்பிடுகிறாள்.இந்த மகிழ்ச்சியை கலைக்க வேண்டாம். "

"ஆனால் என்றேனும் ஒருநாள் அம்மாவுக்கு உன் நிலமை தெரியத்தானே போகிறது."

"அதை அப்போது பார்த்துக்கொள்ளலாம் .நான் கடைசியாக பார்ப்பது அவளது அழுத முகமாக இருக்க வேண்டாம் டொக்டர். அவளது கவலை படிந்த முகத்தை இப்போதுதான் கொஞ்சம் கொஞ்சமாக மறந்து கொண்டு வருகிறேன். "

அவன் குரல் தழு தழுத்தது. முகத்தை துடைத்துக்கொண்டு சோர்வோடு எழுந்து போனான்.

வாழ்வில் வறுமையைக் கடந்து , சந்தோஷங்களை அனுபவிக்க வேண்டிய வயதில், அத்தனையையும் இழந்து விட்டு வாழும் நாட்களை எண்ணிக்கொண்டிருக்க வேண்டிய கொடுமை ....

இவனுக்கு இப்படியொரு நிலமை வராமலே இருந்திருக்கலாமே......

வேகமான நடையிலும் மனம் அந்த கணத்தை நினைத்து தத்தளித்துக் கொண்டேயிருந்தது. இப்போது வெயில் நன்றாக தணிந்து விட்டது. மெல்லிய குளிரோடு காற்று வந்து முகத்தை தடவிச் சென்றது. நான் எதிர்ப்பக்க நடைபாதையில் நாலு சுற்று நடந்து விட்டு மறுபடி அவன் இருந்த இடத்துக்கு வந்தேன் . அந்த பெண்ணை காணவில்லை. அவன் மட்டும் தனியாக இருக்கையில் அமர்ந்திருந்தான். பூங்காவில் நடமாட்டம் குறைந்திருந்தது .நடந்த களைப்புக்கு சிறிது ஆசுவாசப்படுத்திய பின் போகலாம் என்று நினைத்து அவன் அருகே போய் அமர்ந்தேன்.

தானியங்கள் போட்டு முடிந்ததால் பையை மடித்து கையில் வைத்திருந்தான் பறவைகள் கழுத்தைத் திருப்பி அவனைப் பார்ப்பதும் நடை போடுவதுமாக சுற்றிச் சுற்றி நின்றன.

"இந்த பறவைகளோடு எனக்கு ஒரு பந்தம் இருக்கிறது டொக்டர் . ஒவ்வொரு ஞாயிறும் இந்த பறவைகளுக்காகவே இங்கே வருகிறேன். பாருங்கள் என்னை அவைகளுக்கு நன்றாகவே அடையாளம் தெரிகிறது. என்னை மிகவும் நேசிக்கின்ற பறவைகள் ".

அந்த பறவைகள் மீதே அவன் பார்வை பதிந்திருந்தது. கீழ் உதட்டை பற்களால் அழுத்தியபடி ஏதோ யோசனையில் இருந்தான். பேசுவதற்கு முற்படாமல் நானும் அமைதியாக இருந்தேன்.

ஒரு நிமிடத்தின் பின் மெலிந்த குரலில் பேசினான்.

"லாரா மிகுந்த வருத்தத்துடன் போகிறாள்."

ஏன் என்பது போல் அவன் முகத்தைக் பார்த்தேன்.

"ஏதோ ஒரு மாற்றம் என்னில் தெரிகிறதாம். முன்பு போல் நான் உற்சாகமாக தன்னோடு கதைப்பதில்லையாம். என்னால் இதற்கு என்ன பதிலைப் கூற முடியும். ஓரளவுதானே என்னாலும் நடிக்கமுடியும். "

உடைந்து நொறுங்கும் அவனின் மனசிதைவுகள் அவன் கண்களிலும் பிரதிபலித்தது.

அவளின் வார்த்தைகள் தந்த வலியை மறைக்க கண்களை அழுத்தமாய் மூடித்திறந்தான். மெலிதாய் நீர் திரையிட்ட அந்த கண்களை கூர்ந்து பார்த்து எதையும் ஆராய எனக்கு விருப்பமில்லை. அவனையறியாமல் மனதுக்குள் உருவான காதல் அந்த கண்களுக்குள் புதையுண்டு கிடக்கலாம். அதை தெரிந்து கொண்டு நான் என்ன செய்யப்போகிறேன்....

பேசுவதற்கு எதுவுமே இல்லாதது போல வார்த்தைகள் தொண்டைக்குள்ளேயே சிக்கிக்கொண்டு நின்றன.

ஐந்து நிமிட அமைதியின் பின் நான் எழுந்தேன்.

"நான் வருகிறேன் ஜோ. நான் பேர்த்திலிருந்து திரும்பி வந்து உன்னை சந்திக்கிறேன்" "நல்லது டொக்டர் " கை பற்றிக்கொண்டு சொன்னான்.

மனப்பாரத்துடன் நடைபாதையில் நடந்தேன்.

பொழுது இருண்டு கொண்டு வந்தது. தெரு விளக்குகள் பளிச்சிட்டன.

நான் பேர்த்துக்கு போய் மூன்று மாதங்கள் கடந்து விட்டன. காலம் கடந்தது தெரியாத அளவுக்கு வேலைப்பளு. இடையே ஒரு தடவை டொக்டர் மார்ஷாவுடன் கதைத்தபோது ஜோ தன் அம்மாவை காலில் ஒரு காயம் என்று கூட்டி வந்து காட்டிக் கொண்டு போனதாக சொன்னார்.

நான் திரும்ப பிரிஸ்பேனுக்கு ஒரு சனிக்கிழமை மாலை வந்து இறங்கினேன்.

அப்போது குளிர்காலம் முடிந்திருந்தது . மிதமான வெய்யிலும் வெளிச்சமுமாக பிரிஸ்பேன் பிரகாசித்தது.

மறுநாள் ஞாயிறு வந்த அலுப்பையும் பார்க்காமல் பூங்காவுக்கு போனேன். அன்றும் வெய்யில் மஞ்சளாய் பரவியிருந்தது. வானம் தெளிந்திருந்தது. ஜம்பர் எதுவும் இல்லாமல் ட ஷேர்ட்டுடன் நடப்பதும் இலகுவாக இருந்தது. வாசலில் நின்ற மரங்களில் இலைகள் தெரியாதவாறு ஊதா பூக்கள் மலர்ந்தது நின்றன. பூங்காவில் அதிக ஆட்களைக் காண முடியவில்லை. இரண்டு குழந்தைகளை ஊஞ்சலில் அமர வைத்து தாய்மார் ஆட வைத்துக்கொண்டிருந்தார்கள்.

நான் உட்பக்க நடைபாதையில் வேகமாக நடந்தேன். நீரேரியின் அருகே என் பார்வை ஓடியது. சரிவின் மேலே புல் பரப்பில் ஏழெட்டு பெலிகன் பறவைகள் சிறகுகளை அடித்தபடி இங்கும் அங்குமாய் தத்தித் தத்திநடந்து கொண்டிருந்தன.

அருகே மெல்லிய பச்சை வண்ணம் பூசப்பட்ட, கைப்பிடி சற்று வளைந்திருந்த மர இருக்கை வெறுமையாய் இருந்தது.

'நடு' இணைய சஞ்சிகை. (பிரான்ஸ்) செப்டம்பர். 2021.

கங்காரு

ஆசி கந்தராஜா

1

அதிகாலை வேளையில் அடிக்கடி அந்த உருவம், கனவில் வந்து பாடாய்ப் படுத்துகிறது. முன்னர் பார்த்திராத கோலத்தில், விலங்கினதும் பெண்ணினதும் கலவையானதொரு தோற்றத்தில் அது தோன்றி மறைகிறது. உருவத்தில், பெண்ணின் முகம் சற்றுத் தெளிவாகத் தெரியும்போது, அந்த விம்பம் தன் தாயின் சாயலையொத்து இருப்பதை சயந்தன் உணர்ந்தான். அம்மாவின் கால்களுக்கு இடையே தொங்கும் சேலைப் பகுதியைப் பதித்து ஏணையாக்கி, அதற்குள் தான் இருப்பது போலத் தோன்றிய தருணங்களில் மூச்சு முட்டி அவனுக்கு விழிப்பு வந்துவிடும். கனவுக்கும் விழிப்புக்கும் இடையிலான இந்த வேளையில், நடுக் கூடத்தில் விழுந்து வெடித்த எறிகணைகளால் அம்மா இறந்ததும் மடிக்குள் இருந்த தான் காயங்களுடன் தப்பியதும் நினைவில் வந்து வருத்தும். விசித்திரமான இந்தக் கனவை நிறுத்த, சயந்தன் பல வழிகளிலும் முயன்றான். திருநீறு பூசி சுவாமி கும்பிட்டுப் படுத்தான். ஒன்றில் ஆரம்பித்து நூறுவரை நிதானமாக எண்ணிப்பார்த்தான். பட்டியில் நின்ற தங்கள் செம்மறி ஆடுகள் ஒன்றன் பின் ஒன்றாக, கடப்பைத் தாண்டிப் பாய்வதாக கற்பனை செய்தான். இருந்தாலும் தினமும் அந்தக் கனவு வந்துகொண்டே இருந்தது.

கனவில் காணும் உருவத்தை ஒத்த விலங்கின் கோட்டுச் சித்திரத்தை சயந்தன் யாழ்ப்பாணச் சந்தையிலுள்ள பழக் கடையில் பார்த்தான். மஞ்சள் நிறமான ஆரஞ்சுப் பழங்கள் அடைக்கப்பட்டு, வெளி நாட்டிலிருந்து இறக்குமதியான மரப் பெட்டிகளில் ஒட்டியிருந்த லேபலில், அந்த வரிச் சித்திரம் அச்சாகியிருந்தது. அம்மாவின் மடியில் தான் இருந்ததைப் போன்று, வரிச்சித்திரத்தில் தாய் விலங்கும் குட்டியும் இணைந்திருந்ததைச் சயந்தன் அவதானித்தான். அந்த வரிவடிவம் கங்காரு என்னும் மிருகத்தின் உருவம் என அறிந்ததும், தான் பார்த்த கோட்டுச் சித்திரத்துக்கு முடிந்தவரை முழுமையான உருவம் கொடுத்து யோசித்தான். மேலதிக தகவல்களை விலங்கியல் படித்த பக்கத்து வீட்டு தமயந்தி அக்காவிடம் கேட்டுத்

தெரிந்துகொண்டான். சித்திரத்தில் தாயின் அடைப்பத்துக்குள் குட்டி இருந்த காட்சியைத் தன்னுடன் ஒப்பிட்டு அவனது கற்பனை வளர்ந்தது. ஈழப்போராட்ட காலத்தில் குறைமாதத்தில் பிறந்த சயந்தன், தாயின் உடம்புச் சூட்டிலேயே வளர்ந்தவன். போர் கெடுபிடிகளுக்கு மத்தியில், தாயின் மடியும் மார்பும்தான் அவனது இன்குபேட்டராக இருந்தன. தாய் இறந்த பின்னரும் அவனுக்குத் தன் தாயின் சேலை வேண்டும், போர்த்திப் படுப்பதற்கு.

பலாக்கொட்டை அளவில், தாயிலிருந்து வெளியேறும் கங்காரு முளையத்தின் மிகுதி வளர்ச்சி, அடைப்பப் பையுக்கு உள்ளேதான் என தமயந்தி அக்கா சொன்ன பிறகு, ஏழு மாதத்தில் பிறந்த தனக்கும் கங்காரு முளையத்துக்கும் இடையில் சமாந்தரக் கோடுகளை வரைந்தான். குறை மாதத்தில் தான் பிறந்ததற்குக் காரணம், போர்ச் சூழலால் தாய்க்கு ஏற்பட்ட மன அழுத்தமும் அதிர்ச்சியும் என அப்பா பல சந்தர்ப்பங்களில் சொல்லியிருக்கிறார். ஆனால், கங்காருக் குட்டிகள் இயல்பாகவே குறை மாதத்தில் பிறப்பதற்கான காரணம் என்னவாக இருக்கும்? என சயந்தன் தன் அறிவுக்கு எட்டியவரை யோசித்துப் பார்த்தான். இப்படியான வினோதமான நினைவுகள் மனதில் தோன்றும்போது, கங்காருவை அதன் குட்டியோடு பார்க்க வேண்டுமென்ற எண்ணம் மனதில் விஸ்வரூபம் எடுக்கும்.

கிழக்கிலங்கையில் உள்ள மாவிலாறு பிரச்சினையுடன் ஆரம்பித்த நான்காவதும் இறுதியுமான ஈழப்போர் இலங்கையின் வடபகுதியை நோக்கி நகர்ந்து கிளிநொச்சியை அடைந்தது. அரச படைகள் ஏவிய எறிகணைகள், பல மைல்கள் தாண்டி விழுந்து சயந்தன் வாழ்ந்த கிராமத்தையும் அழித்தன. கிராமம் கிராமமாக இடம் பெயர்ந்து, படகில் தப்பி சயந்தனும் தகப்பனும் தமிழகம் வந்து சேர்ந்த போது முள்ளிவாய்க்காலில் ஈழப் போர் முடிவுக்கு வந்திருந்தது. தமிழர்கள் சார்பில் போரை நடத்தியவரின் மரணம் தமிழகத்தில் அனுதாப அலையைத் தோற்றுவித்ததால் ஈழத்தமிழர்களின் அகதி முகாம்களில் அதிக கெடுபிடி இருக்கவில்லை. இருந்தாலும் அகதிப் பிள்ளைகளின் பாடசாலைச் சேர்க்கை ஏனோ தள்ளிப்போக, சயந்தன் அருகிலுள்ள பட்டிணத்துக்குப் போய் சிறுசிறு வேலைகள் செய்தான். அங்கு அவன் முழு வேலையாளாகக் கணிக்கப்படாததால், பழக்கடை வீதியிலுள்ள கடை ஒன்றில் தொட்டாட்டு எடுபிடி வேலையே கிடைத்தது. அப்பா அதே வீதியிலுள்ள கிட்டங்கி ஒன்றில் மூட்டை சுமந்தார். காலை ஒன்பது மணிக்கு வேலை ஆரம்பித்தால் இரவு பத்து மணிவரை வேலை இருக்கும். மதியம் மூன்று மணிக்குக் கிடைக்கும் இடைவேளையில் தூக்குச் சட்டியில் கொண்டு வந்த சோற்றை

விழுங்கிவிட்டு, மஞ்சள் நிற ஆரஞ்சுப் பழங்கள் அடுக்கியிருக்கும் பழக்கடைகளை, சயந்தன் நோட்டம் விடுவான். ஆனாலும் அவன் கனவில் காணும் அந்த உருவம், அங்குள்ள பழப்பெட்டி லேபல்களில் அகப்படவில்லை.

அகதியாக வந்த இடத்திலும் சயந்தனுக்கு அந்தக் கனவு வந்தது. இங்கே, மனித முகம் மங்கலாகவும் விலங்கின் உருவம் தூக்கலாகவும் தெரிந்து, பழக்கடை வீதியிலுள்ள ஆஞ்சநேயர் கோவில் விக்கிரகத்தை நினைவுபடுத்தியது. சில வேளைகளில் இறந்துபோன அவனுடைய தாய் எழுந்து நிற்கும் தோற்றத்தில் கைகள் இரண்டும் குட்டையாகவும் கால்கள் இரண்டும் நீண்டும் பருத்தும் தெரிந்தன.

சயந்தனுடன் கடையில் வேலை செய்த வடநாட்டு இளைஞன் லால்சிங் வெளிநாடு போகும் எண்ணத்துடன் தமிழ் நாட்டுக்கு வந்ததாகச் சொன்னான். அகதிகளின் ஐரோப்பா நோக்கிய பறப்புக்கள் தடைப்பட்டதால் ஆஸ்திரேலியா நோக்கிய படகுப் பயணத்துக்குத் தான் காத்திருப்பதாகச் சொன்னான். கனவில் காணும் உருவத்தை ஒத்த மிருகம் ஆஸ்திரேலியாவில் மட்டும் வாழ்வதாகத் தெரிந்ததும், சயந்தன் லால்சிங்குடன் வலிந்து சிநேகிதமானான். மதிய உணவின்போது இருவரும் சப்பாத்தியும் சாதமும் பகிர்ந்து கொண்டார்கள். சப்பாத்தியுடன் லால்சிங் தந்தூரி சிக்கன் கொண்டு வருவான். சாப்பாட்டுப் பெட்டியைத் திறந்ததும் தந்தூரி மசலா வாசம் மூக்கைத் துளைத்து சிரசுவரை ஏறும். வன்னியிலே நாட்டுக்கோழியும் வீட்டு மரக்கறிகளும் சாப்பிட்டுப் பழகிய சயந்தன் சப்பாத்தியை பகிர்ந்து கொள்வதுடன் நிறுத்திக் கொள்வான். லால்சிங் கொண்டுவரும் மரக்கறிக் குருமாவைக்கூட தொடுவதில்லை. ஊசி அடித்து ஊதிப்பெருத்த புறொயிலர் கோழியும் உரம்போட்டு உப்பிய காய், பிஞ்சு, பழங்களும் உடலுக்கும் உலகத்துக்கும் கேடு என எண்ணும் வன்னிச் சூழலில் வளர்ந்தவன். அதனால், சயந்தனுக்கு இயல்பாகவே இயற்கையை நேசிக்கும் பழக்கம் வந்தது.

மதிய உணவின்போது சயந்தன், கங்காரு பற்றிப் பேச ஆரம்பிப்பான். லால்சிங் அதிலே அதிக ஆர்வம் காட்டுவதில்லை. மாறாக, ஆஸ்திரேலிய பால் பண்ணைகளிலும் பழத் தோட்டங்களிலும் நிறைய வேலைகள் இருப்பதாகவும் அங்குள்ள பன்றித் தொழுவங்களில் வேலை செய்தால் அதிக ஊதியம் பெறலாம் எனவும் தகவல்களை அடுக்குவான். தொழுவம் என்றதும் சயந்தனின் மூளையில் ஒரு பொறிதட்டியது. சாப்பாடு முடிந்து பாக்கு மெல்லும் நேரம் லால்சிங் ஜாலியாக ஜோக்கடிப்பான். அந்த நேரத்தைத் தேர்ந்தெடுத்து, கங்காருகளும் தொழுவங்களில்

வளர்க்கப்படுவதுண்டோ? என லால்சிங்கின் வாயைக் கிளறினான். திரும்பத் திரும்ப சயந்தன் ஒரே விசயத்தைப் பேசுவது லால்சிங்கிற்கு எரிச்சலூட்டியது. இதனால், பேசுவதைக் குறைத்து, சாப்பாடு பகிர்வதுடன் உறவை மட்டுப்படுத்திக் கொண்டான். ஆனாலும் கங்காரு பற்றிய நினைப்பு மட்டும் அடிக்கடி நினைவில் வந்து சயந்தனுக்குத் தொல்லை கொடுத்தது. தான் போகமுடியாத தூரத்தில் வாழும் ஒரு விலங்கின் உருவம் எப்படி, எதற்காக தன்னுடைய கனவில் வந்து வருத்துகிறது என நினைத்ததும் சயந்தனுக்குப் பயம் ஏற்பட்டது.

காலஓட்டத்தில் ஒருநாள், ஆஸ்திரேலியா நோக்கிப் படகு புறப்படுகிறது என்ற தகவலுடன் வந்தான் லால்சிங். படகுப் பயணத்துக்குக் கொடுக்க வேண்டிய தொகை கொஞ்ச நஞ்சமில்லை. இழுத்தடிப்புகளுக்குப் பின்னர், சயந்தனின் நச்சரிப்புத் தாங்க முடியாமல், வரும்போது கொண்டு வந்த தாயின் நகைகளை விற்று, சயந்தனும் தகப்பனும் படகில் ஏறினார்கள்.

வாரக் கணக்கில் கடலில் மிதந்த படகு கிழக்குத் தீமோர் கடற்கரையில் ஒதுங்கி எரிபொருள் நிரப்பிக் கொண்டு, ஆஸ்திரேலியாவின் வடமுனையை நோக்கி நகர்ந்தது. படகுப் பயணம் இலகுவானதாக இருக்கவில்லை. தீமோர் கடலில் அலைகள் கிளர்ந்து எழுந்து படகை இருபது அடிக்குமேல் தூக்கிக் குத்தியது. உப்புக் காற்றும் கால நிலை மாற்றங்களும், உடற்சோர்வையும் மன அழுத்தத்தையும் ஏற்படுத்தின. ஒழுங்கான சாப்பாடோ, குடிக்கப் போதியளவு தண்ணீரோ இல்லாத நிலையில் கிடைத்த சாப்பாடும் படகின் ஆட்டத்துக்கு வாந்தியாக வெளியே வந்தது. உப்புக் காற்றை தொடர்ந்து சுவாசித்ததால் மூக்கிலிருந்து இரத்தம் வடிந்தது. பலர் குளிர் பிடித்து மூக்குச் சிந்தினார்கள். உடல் நொந்து காச்சலடித்துப் படுக்கையில் கிடந்தவர்களில் சிலர் வலிப்பு வந்து இறந்தார்கள். முன்பின் தெரியாதவர்களின் இறப்புக்கு படகில் வந்தவர்கள் கண்ணீர் சிந்த, கூடவந்த ஐயர் ஒருவர் தேவாரம் பாடிப் பிரார்த்திக்க, உடல் கடலுக்குள் இறக்கி விடப்பட்டது. இந்த அமளிக்குள்ளும் சயந்தன் தொடர்ந்தும் அந்த விம்பத்தைக் கனவில் கண்டது அதிசயம்தான். கனவின் தொடக்கப் புள்ளி என்ன, அதற்கான அர்த்தம் என்ன? என்பது அவனுக்குப் புரியாத புதிராகவே இருந்தது.

இரவில் படுக்கும் நேரம் தவிர்ந்த மற்றைய நேரங்களில் படகின் முதலாவது தளத்தில் நின்று கடலையே உற்றுப் பார்ப்பது சயந்தனின் வழக்கம். கடல் அலைகள் உக்கிரமாக சீறி எழுந்து கீழே விழும்போது, கனவில் காணும் உருவம், தசைநார்கள் முறுக்கேறித் திரண்ட

தன் பின்னங் கால்களை உதைத்து மேலே எழும்புவது போன்ற தோற்றத்தைக் கண்டு பிரமித்தான். காற்றின் கீழ்நோக்கிய விசை, கடல் நீர் மீது செயல்பட்டு அலைகளைத் தாக்கி அழிக்கும்போது சயந்தனின் மனம் தானாகச் சுருங்கிவிடும். ஒரு காட்சிப் புள்ளியில், தாயின் மடிக்குள் தான் சுகம் கண்ட நேரத்தில், செல்லடிபட்டு தாய் சிதறிப் போனது நினைவில் வந்து அலைக்கழிக்கும்.

எந்தநேரமும் சிடுசிடுக்கும் அப்பாவுக்கு படகுப் பிரயாணத்தில் பேச்சுத் துணைக்குத் தோதான ஆளில்லாதபோது ஈழப் பாடல்களை உரத்துப் பாடுவார். விடுதலை இயக்க மேடைகளில் அவர் ஈழவிடுதலைப் பாடல்கள் பாடி திறம் பாட்டுக்காரரென வன்னியில் பெயரெடுத்தவர். இயல்பை மறந்து ஒருநாள் மகிழ்ச்சியாக இருந்த வேளையில், கங்காரு ஏன் ஆஸ்திரேலியாவில் மட்டும் வாழ்கிறது அப்பா? என மெல்ல ஆரம்பித்தான். சற்று நேரம் யோசித்த அப்பா, இல்லையே, அது இங்கிலாந்திலேதான் இருக்கிறது என்றதும் சயந்தனின் மனம் பொசுங்கிவிட்டது. அப்பா கிளிநொச்சியில் பிறந்து வளர்ந்தவர். எட்டாம் வகுப்புடன் படிப்பை நிறுத்தியவர். வன்னிக் காட்டிலுள்ள மிருகங்களை மட்டும் அறிந்தவர். இலங்கை இந்தியாவுக்கு வெளியே அவரைப் பொறுத்தவரை எல்லாம் இங்கிலாந்துச் சீமைதான். ஆங்கிலம் பேசும் ஆஸ்திரேலியாவும் இங்கிலாந்து மகாராணியின் ஆதிக்கத்தின் கீழேதான் என கிட்டங்கி முதலாளி சொன்னதன் பின்னரே படகோட்டிக்குக் காசு கொடுக்கச் சம்மதித்தவர்.

கங்காரு ஆஸ்திரேலியாவில் மட்டும்தான் இருக்காம் அப்பா, அவற்றின் குட்டிகள் எப்பொழுதும் குறை மாதத்தில் பிறக்குமாம், என பக்கத்து வீட்டுத் தமயந்தி அக்கா சொன்ன தகவலை அவிட்டு விட்டான்.

உன்னைப்போல குறைமாதப் பிறப்பு எண்டு சொல்லு, என சட்டெனத் தன் சுயம் இழந்து சீண்டினார். தன்னுடைய பிறப்பைப் பற்றி அப்பா அடித்த கமெண்ட்டால் சொல்லமுடியாத உணர்வுகளால் சயந்தனின் மனம் குமைந்து ஒடுங்கியது. பொங்கிக் கொண்டு வந்த கண்ணீரைக் கஷ்டப்பட்டு அடக்கிக் கொண்டான். தன்னைப் போலவே அரைகுறையாகப் பிறக்கும் கங்காருக் குட்டிகளின் நினைப்பு சயந்தனின் மனதில் நெடுநேரம் ஊறிக் கொண்டே இருந்தது. கங்காரு வாழும் நாட்டில் சண்டை இல்லை. துவக்குவெடி, கண்ணிவெடி, செல்லடிச் சத்தங்கள் இல்லை. அவற்றால் ஏற்படும் அதிர்வும் அதிர்ச்சியும் அழிவும் இல்லை. இருந்தாலும் முழு வளர்ச்சி அடையாமால் குட்டிகள் பிறப்பது ஏன்? என சயந்தன்

இயலுமானவரை தன் அறிவுப் பரப்புக்குள் சிந்தித்தான்.

என்ஜின் அறையில் நின்ற படகோட்டி, கிழக்கு தீமோரில் படகு நின்றபோது வாங்கிய ஜாவா ரக சுருட்டைப் பற்றவைத்து, அனுபவித்து, புகை ஊதிக் கொண்டிருந்தான். படகில் வந்தவர்களின் பயத்தைப் போக்க அவன் நட்புப் பாராட்டி எல்லோரிடமும் சகஜமாகப் பழகுவது வழக்கம். அடிக்கடி ஆஸ்திரேலியாவுக்கு படகில் போவதாக கதையோடு கதையாக அடித்துவிடுவான். தனது சந்தேகத்தைத் தீர்க்க அவனே பொருத்தமானவன் எனத் தீர்மானித்து, நாய் பூனைகள் மாதிரி கங்காருக்கள் பின்வளவிலும் நிக்குமோ? என ஆரம்பித்தான். கடலில் ஏற்பட்ட அலைகளின் அழுத்தத்தைச் சமாளிக்க முடியாத கொதிப்பில் நின்ற படகோட்டிக்கு, சயந்தனின் கேள்வி எரிச்சலைக் கிளப்பியது.

"எனக்கெப்பிடித் தெரியும்? நச்சரிக்காமல் பேசாமல் இரு" என அதட்டினான். அத்துடன் கங்காருக்கள் பற்றிய கேள்விகளை மனதுக்குள் அமுக்கி அடக்கிக்கொண்டான் சயந்தன்.

2

நீண்ட கடல் பயணத்தின் பின்னர் ஆஸ்திரேலியாவின் வடக்குத் திசையிலுள்ள ரிவி என்ற தீவில் படகு தரைதட்டியது. இது ஒரு குட்டித் தீவு, ஆஸ்திரேலியாவுக்குச் சொந்தமானது. இங்கு தீவார்கள் என அழைக்கப்படும் ஆதி இனத்தவர்கள் குறைந்த எண்ணிக்கையில் வசிக்கிறார்கள். இவர்கள் அபொர்ஜினி என்று அழைக்கப்படும் ஆதிவாசிகளல்ல, தனியான இனத்தவர்கள். கிழக்குத் தீமோரில் இருந்து ரிவி தீவுக்கான பாதையைத் தானே கண்டு பிடித்ததாகச் சொல்லி, அதிக கட்டணம் அறவிட்டதை, படகோட்டி முதலில் நியாயப்படுத்தினான். பின்னர், கரையோர எல்லைப் பொலீசாரின் கண்களில் மண்ணைத் தூவி, அனைவரையும் பாதுகாப்பாக கூட்டி வந்ததற்கு போனஸாக, இன்னும் வேணுமெனச் சொல்லி மிச்சமாக இருந்த பணத்தையும் நகைகளையும் வெருட்டி வாங்கிக்கொண்டு, ஆள்க்கடத்தல் குற்றத்துக்கு அகப்படாமல் திரும்பிவிட்டான்.

தீவு ஆளரவமற்றுக் காணப்பட்டது. எல்லோருக்கும் நல்ல பசியும் களைப்பும். சயந்தனின் அப்பா ஈழத் தமிழருக்காகத் தான் ஒரு நாட்டையே கண்டுபிடித்த பாவனையில் ஊரிலிருந்து கொண்டுவந்த துவாயை மணலில் விரித்து மல்லாந்து படுத்தபடி உரத்த குரலில் ஈழப்பாடல் ஒன்றை எடுத்துவிட்டார். சாப்பிட ஏதாவது கிடைக்குமா எனத் தேடி பல திசைகளிலும் வந்தவர்கள் பிரிந்து சென்றார்கள். இதற்காகவே காத்திருந்தவர்போல பிரயாணப்

பொதிக்குள் பத்திரப்படுத்தி வைத்திருந்த எள்ளுருண்டைகளை மெல்ல எடுத்தார். யாழ்ப்பாணத்து முறையில் தயாரிக்கப்பட்ட எள்ளுருண்டைகள் ஆஸ்திரேலிய ரிவிதீவில் அற்புதமாக இருந்தன. ஒரு எள்ளேனும் கீழே விழுந்துவிடாத அவதானத்துடன் அண்ணாந்து கடித்து அநுபவித்துச் சாப்பிட்டான் சயந்தன்.

கடற்கரையில் அந்நியர்களின் நடமாட்டத்தை, ரேடார் வழியாக எல்லைப் பொலீசார் அவதானித்திருக்கவேண்டும். எள்ளுருண்டை சாப்பிட்டு முடிவதற்கு முன்னரே கரைக்கு வந்து சேர்ந்துவிட்டார்கள். அகதிகளைக் கூட்டிவந்த படகு அப்போது சர்வதேச கடற்பரப்புக்குள் நுழைந்திருக்கும். கரையில் நின்றவர்களைக் கடலுக்குள் தூக்கி எறியவா முடியும்? அனைவரையும் அள்ளிக் கொண்டு போய் நவ்ரு தீவில் விட்டார்கள், தீவு என்றாலும் இது ஒரு தனிநாடு. இப்படியான ஒரு தீவை தமிழர்கள் வாங்கினால் என்ன? என்ற தோரணையில் அப்பா கண்களை அலையவிட்டார். இந்த தீவில்தான் அகதிகளுக்கான முகாம்களை ஆஸ்திரேலிய அரசு அமைத்திருக்கிறது. முகாமில் பல நாட்டு மக்களுடன் தமிழர்களும் கலந்துகட்டி இருந்ததைக் கண்ட சயந்தனுக்கும் அப்பாவுக்குவும் மகா சந்தோசம். அப்பா கைவசம் வைத்திருந்த சுருட்டொன்றை எடுத்து மூக்கருகே வைத்து நுகர்ந்து அநுபவித்து நிம்மதியாகப் புகை ஊதினார்.

ஆரம்பகட்ட விசாரணைகள் முடிந்ததும் எல்லோருக்கும் படுக்கைகள் ஒதுக்கப்பட்டன. கடல் பயணம் தந்த அலுப்பில் சயந்தன் படுத்தவுடன் தூங்கிவிட்டான். இங்கும் அவனை விடாது கனவு துரத்தியது. முதலில் ஒரு உருவம் வந்தது. பின்னர் பத்து, நூறு, ஆயிரம் என குட்டிகளைச் சுமந்தபடி சாரிசாரியாக சயந்தனை நோக்கிப் பாய்ந்துபாய்ந்து நகர்ந்து வந்தன. திடீரென வானத்தில் தோன்றிய இடியும் மின்னலும் தாய் உருவங்களை அடித்துச் சரித்துவிட, குறைமாதக் குட்டிகள் சயந்தனை நோக்கி உருண்டு வரும் தோற்றம் மங்கலாகத் தெரிந்தது. தாயை இழந்த சோகத்தில் அந்தரித்த குட்டிகள் அவனிடம் உதவி கேட்டு யாசிப்பதான பிரமை உண்டானது. உடல் வேர்த்துக் கொட்டுவதான உணர்வில் திடுக்கிட்டு எழுந்தான். தூக்கமும் இல்லாத விழிப்பும் இல்லாத இரண்டும் கெட்டான் நிலையில், முகாமுக்கு வெளியே இருந்த பற்றைகள், கனவில் வந்த விம்பங்களை ஒத்து இருந்தன. சிறுநீர் கழிக்க வேண்டும்போல் இருந்தது. குப்புறப் படுத்த கோலத்தில் அப்பா குறட்டை விட்டுத் தூங்கிக் கொண்டிருந்தார். கழிவறைக்குப் போய் வந்து, நெடுநேரம் கட்டிலில் உட்கார்ந்து யோசித்தான். மனதை அலைக்கழித்த அந்த நினைவுகளை மேலும் அடக்க முடியாமல், கங்காருக்கள் எங்கை

அப்பா நிக்கும்? என தகப்பனைத் தட்டி எழுப்பிக் கேட்டான். நித்திரை முறிந்த சினத்தில் சயந்தனுக்கு அடிபோட நினைத்தாலும் தாயைத் தின்னி என நினைத்து அப்பா கோபத்தை அடக்கிக் கொண்டார். "பேசாமல் படடா. நாங்கள் இன்னும் ஆஸ்திரேலியாவுக்கை உள்ளடேல்லை. பக்கத்து நாட்டுத் தீவிலை வைச்சிருக்கிறாங்கள், என சயந்தனை அமைதிப்படுத்தினார்.

நாட்கள் நகர அகதி அந்தஸ்துக்கான விரிவான விசாரணைகள் மொழிபெயர்பாளரின் உதவியுடன் ஆரம்பமாகின. செல்லடி பட்டுத் தாய் இறந்தபோது, ஏற்பட்ட காயங்களின் வடுக்கள் இருவர் உடம்பிலும் இருந்ததால், நடந்த அவலத்தை அதிகாரிகளுக்கு விளக்குவதில் சிரமம் இருக்கவில்லை. போனஸாக விடுதலை இயக்கப் பாடல்களை ராகம் தாளம் தப்பாமல் பாடிக்காட்டி, தான் விடுதலை இயக்கப் பாடகன் என அப்பா நிரூபித்தார். இவைகள் அகதி விசா கிடைக்க இருவருக்கும் உதவி புரிந்தன. வறண்ட பிரதேச குடியேற்றத் திட்டத்தின் கீழே, ஆஸ்திரேலியாவின் மத்திய பிரதேசத்தில் குடியேறவுள்ள அகதிகளுடன் இவர்களையும் சேர்த்தார்கள். நவ்ரு தீவிலிருந்து பறப்பும் பின்னர் பஸ் பிரயாணமும் ஒழுங்கு செய்யப்பட்டன. தாங்கள் போகுமிடம் கங்காருக்கள் பெருவாரியாக வாழும் வெப்ப வலயம் என அவ்கானிஸ்தான் அகதிகள் தங்களுக்குள் குசுகுசுத்ததை குத்துமதிப்பாகப் புரிந்துகொண்ட சயந்தன் ஆனந்தத்தில் மிதந்தான். தன்னுடைய கனவின் மர்ம முடிச்சு அங்கு அவிழும் என்ற நம்பிக்கை மனதில் கிளர்ந்தது. அப்பாவோ, கடை கண்ணிகள் அதிகம் இல்லாத வனாந்தரத்தில் வேலை எப்படி எடுப்பது? என்ற சிந்தனையிலும் கவலையிலும் மூழ்கியிருந்தார்.

பஸ் பிரயாணத்தின் போதுதான் சயந்தன் நிஜத்திலே கங்காருக்களைக் கண்டான். பின்னங்கால்களை ஊன்றி உதைத்து, படுவேகமாக குதித்துக் குதித்துக் கூட்டமாக ஓடிய கங்காருக்களைக் கண்டதும் தன்னை மறந்து பரவசமானான். உடல் எங்கும் வெப்பம் பரவிப் புல்லரித்து வேர்த்துக்கொட்டியது.

அகதிகளைச் சும்மா இருந்து அரச செலவில் சாப்பிட அரச நிர்வாகம் அனுமதிக்கவில்லை. ஒவ்வொருவருக்கும் சமூக சேவை இலாகா வேலை எடுத்துக் கொடுத்தது. சயந்தனின் அப்பாவுக்கு இறைச்சி வெட்டும் நிலையமொன்றில் இறைச்சி பொதி செய்யும் வேலை. அங்கு கங்காரு இறைச்சியும் பொதி செய்யப்பட்டன. இவை கொழுப்பில்லாத இறைச்சி என ஆஸ்திரேலியாவில் அதற்கு நல்ல கிராக்கி இருந்தது. சயந்தனுக்கு இதுபற்றி அப்பா மூச்சுக் காட்டவில்லை.

சயந்தனுடன் படிக்கும் ஆதிவாசி யாரன் நீண்டகாலமாக அங்குள்ள தனியாருக்குச் சொந்தமான விலங்குப் பண்ணை ஒன்றில் வேலை செய்கிறான். தன்னை ஒத்த தோற்றத்திலும் நிறத்திலும் இருந்த சயந்தனை தன் இனமென நினைத்தானோ என்னவோ நட்புடன் பழகினான். பண்ணையில் சயந்தனுக்கு பகுதிநேர வேலை எடுத்துக் கொடுத்தவனும் அவனே. கங்காரு, குவாலா, வொம்பற் ஆகிய தேசிய மிருகங்களை உள்ளடக்கிய விலங்குப் பூங்கா ஒன்று பண்ணையில் இருந்தது. அதிக கட்டணம் அறவிடப்பட்டாலும் கோடை காலங்களில் பூங்கா உல்லாசிகளால் நிரம்பி வழியும். பண்ணையின் ஒதுக்குப் புறத்திலே, கங்காரு வளர்ப்புக்கும் ஆராய்ச்சிக்குமென கடுமையான கட்டுப்பாடுகளுடன் ஒரு தனிப்பிரிவு இரகசியமாக இயங்கியது. இறைச்சி வணிகத்தில் கோலோச்சும் பல்தேசியக் கம்பனி ஒன்று இதற்கு மறைமுகமாக நிதி வழங்குவதாகக் கதையோடு கதையாக யாரன் சொன்னான். சயந்தனுக்கு இயல்பாகவே எங்கும் எதிலும் நோண்டும் குணம். கங்காரு வளர்ப்பில் என்னடா மர்மம்? என கதையை வளர்த்தான்.

"ஆருக்குத் தெரியும்? உனக்கு வேலை கிடைத்து விட்டதல்லவா, மூடிக்கொண்டு இரு; என சயந்தனை அடக்கினான்.

ஆதிவாசிகள் அல்லது அகதிகளே கீழ்நிலை ஊழியர்களாக பண்ணையில் வேலை செய்தார்கள். இவர்கள் வெள்ளையர்கள் சொல்வதை ஏன் என்று கேட்காமல் செய்யக்கூடியவர்கள். சயந்தன் விஷயத்திலும் அவன் நம்பிக்கையானவனா என விசாரித்து, யாரனின் உத்தரவாதம் பெற்ற பின்னரே வேலைக்குச் சேர்த்தார்கள்.

கங்காருக்கள் தேசிய மிருகம். ஆடு, மாடு, பன்றிகள் போல அவை பண்ணைகளில் அடைத்து வைத்து வளர்க்கப்படுவதில்லை. இயற்கையாக வாழ்பவை. பூங்காவைக் காரணம் காட்டி இங்கு கங்காருகளை அடைத்து வைத்திருந்தார்கள். இவற்றுக்கு உணவு கொடுத்துப் பராமரிக்கும் வேலை கிடைத்ததால், பழைய நினைவுகள் மனதில் கிளர்ந்தெழ சயந்தன் ஆகாயத்தில் மிதந்தான். தனக்கும் கங்காருகளுக்கும் இடையில் ஏதோ பூர்வஜென்ம பந்தமும் தொடர்பும் இருக்கென நினைத்து, தான் காணும் கனவுக்கும் கிடைத்த வேலைக்கும் முடிச்சுப்போட்டு மகிழ்ந்தான். நாட்கள் நகர சயந்தனும் யாரனும் காடு கரம்பையெல்லாம் சுற்றி முயல் வேட்டைக்குப் போக ஆரம்பித்தார்கள். வேட்டையின்போது ஒருநாள், அடைப்பப் பைக்குள் குட்டியைச் சுமக்கும் கங்காருவை இயற்கைச் சூழலில் கண்டபோது சயந்தனின் மனது விபரிக்கமுடியாத உணர்வுகளுக்குள் தோய்ந்து நனைந்தது. தாயின் நினைவுகள் விடாது அவனைத்

துரத்தின. குறைமாதத்தில் பிறந்த அவன் போரின் தாக்கத்தால் போசாக்கில்லாமல் வளர்ந்தவன். கங்காருவின் குட்டியைப் போலவே, தாயின் முந்தானையின் கீழே மார்போடு ஒட்டி வளர்ந்த காட்சிகள் அவன் மனதில் விரிந்துகொண்டே போனது. அன்று இரவு முழுவதும் காட்டில் நடந்த சம்பவங்கள் மனதில் அலைஅலையாக ஓடின. விதம்விதமான பல கனவுகள் தொடர்ச்சியாக வந்தன. கனவில் வரும் விம்பம் தாயின் தோற்றத்தில் பல கதைகள் சொல்வதுபோலத் தோன்றியது. கனவா அல்லது நனவா என்று தெரியாத இரண்டும் கெட்டான் வேளையில் நடுநிசியில் எழுந்து குதித்துக் குதித்து நகர ஆரம்பித்தான். மனசார அப்பா அன்று பயந்துதான் போனார். விடிந்ததும் வைத்தியரிடம் கூட்டிப்போய் மருந்து வாங்கிக் கொடுத்ததுடன் ஊரிலுள்ள வைரவருக்கு வடைமாலை சாத்தி, நூற்றியெட்டு தேங்காய் உடைப்பதாகவும் நேர்த்திவைத்தார்.

நாட்கள் நகர்ந்தன. ஆய்வு மையத்திலிருந்து அனுப்பப்படும் முழு வளர்ச்சியடைந்த குட்டிகளைப் பராமரித்து உணவளிப்பதுதான் சயந்தனின் தற்போதைய வேலை. இயற்கையாக அடைப்பப் பைக்குள் வளரவேண்டிய கங்காருக் குட்டிகளை தாயிலிருந்து பிரித்து, ஆய்வுமைய இன்குபேட்டர்களில் ஏன் உணவூட்டி வளர்கிறார்கள் என்ற நியாயமான கேள்வி சயந்தனின் மனதில் ஊறியதால், மூளை கிறுகிறுத்து தலைவலித்தது. இயற்கையோடு இயைந்து வாழும் ஆதிவாசி யாரனும் காரணம் தெரியவில்லை என்றான். ஏதோ தப்பு நடக்குது, என்பதை மட்டும் இருவரும் உணர்ந்து கொண்டார்கள். அவர்களின் அநுமானத்துக்கு வலுச் சேர்க்க பண்ணைக்கு அவ்வப்போது பொலீஸ் வாகனம் வந்து போனது.

நாட்கள் செல்லச் செல்ல சயந்தனின் நடவடிக்கைகளில் மேலும் பல மாற்றங்கள் தெரிந்தன. வேலை நேரத்தில் அச்சு அசலாக கங்காருவைப் போலவே பாவனை செய்தான். ஒரு கையால் பிடிக்கக் கூடிய பொருள்களையும் இரண்டு கைகளாலும் பிடிக்க ஆரம்பித்தான். சாலட் இலைகளை விரும்பி உண்ணத் துவங்கினான். சயந்தனின் வினோத செய்கைகள் விபரீதத்தில் முடியலாம் எனப் பயந்த யாரன், வைத்தியரின் ஆலோசனைப்படி அவனை இயல்புக்குக் கொண்டுவர கங்காருகளின் சில குண இயல்புகளைப் பக்குவமாகச் சொன்னான்.

ஆதிவாசிகளுக்கு கங்காருக்கள் குடும்ப உறுப்பினர்கள்.

இருந்தாலும் அவை அவர்களையே மூர்க்கத்தனமாகத் தாக்கியிருக்கின்றன. கங்காருகளின் பின் கால்கள் இரண்டும் முன் கால்களைவிட பத்து மடங்கு நீளமானவையும் பலம் வாய்ந்தவையும்.

துள்ளி எழுந்து பின்னங் கால்களால் ஒருவரை உதைத்தால் நெஞ்சுக் கூடு பிளந்து அந்த இடத்திலேயே கதை முடிந்து விடும். பின்னங் கால்களுக்கு இருக்கும் அதே அசுர பலம் அதன் வாலுக்கும் உண்டு. இறைச்சிக்காக கங்காரு வேட்டைக்குப் போன எனது தந்தையை வாலால் அடித்தே கொன்றது ஒரு கிழட்டுக் கங்காரு என சயந்தனை எச்சரித்தான் யாரன்.

கங்காருகளை வேட்டையாடுவதில் யாரனின் தாத்தா, வல்லவர் எனப் பெயர் பெற்றவர். வேட்டையாடுவதில் தங்கள் குல தர்மம் பேணுபவர். அடைப்பப் பைக்குள் குட்டியுடன் திரியும் தாயையோ வயதில் முதிர்ந்த கங்காருவையோ அவர் ஒருபோதும் வேட்டையாடுவதில்லை. ஆஸ்திரேலியா முழுவதிலும் குத்துமதிப்பாக அறுபது கோடி கங்காருகள் உள்ளதாகவும் இவற்றின் இனப் பெருக்கத்தை கட்டுக்குள் வைத்திருக்க அவ்வப்போது அவை சுட்டுக் கொல்லப்படுவதாகவும் தாத்தா கணக்குச் சொன்னார்.

சந்தைக்கு வரும் கங்காரு இறைச்சிகள் அனைத்தும் வேட்டையாடிப் பெறப்பட்டவையா? என ஒருநாள், தன் மனதிலிருந்ததை மேலும் அடக்க முடியாமல் கேட்டான் சயந்தன்.

ஆம், முன்பெல்லாம் ஒரு ஒழுங்கு முறையைப் பின்பற்றி கங்காருகள் வேட்டையாடப்பட்டன. ஆனால், இப்பொழுது பணம் பண்ணும் நோக்கத்தில் வரைமுறையின்றிச் சுட்டுக் கொல்லப்படுகின்றன என வார்த்தைகளை விட்டுவிட்டு உடைத்த தாத்தா தொடர்ந்து பேசாமல் மௌனம் காத்தார். இதைச் சொல்லும்போது அவரது கண்கள் வெறுப்பை உமிழ்ந்ததை சயந்தன் அவதானித்தான். முடிந்தவரை முயன்றும் இதுபற்றித் தொடர்ந்து பேச தாத்தா மறுத்துவிட்டார்.

இறைச்சிக்காக வகைதொகையின்றி கங்காருகள் சுட்டுக் கொல்லப்படுவதாக, தாத்தா சொன்ன தகவலும் அவரது உடல்மொழியும் சயந்தனைத் தொடர்ந்து படுத்தி தூக்கத்தைக் கெடுத்தது. பாடசாலை நேரத்திலும் பாடத்தைக் கவனிக்காது கங்காருகளின் நினைவாகவே இருந்தான். கங்காரு இறைச்சியின் கிராக்கி வெள்ளையர்கள் மத்தியில் அதிகரிக்க, புறொயிலர் கோழிகள் போல விரைவில் சதைவைக்கும் கங்காருக்களை இனவிருத்தி செய்தால் என்ன? என்ற பல்தேசியக் கம்பனியின் எண்ணமும் செயலாக்கமுமே பண்ணையில் நடப்பதாக மணந்து பிடித்தான் ஆய்வு மையத்தில் பணிபுரிந்த அவ்கானி.

தாய்க் கங்காரு வெறும் முப்பது நாள்களிலேயே ஜெல்லி பீன்ஸ் சைசில் தன்னுடைய குட்டியை ஈன்றுவிடுகிறது. இதை 'யோய்'

என, பண்ணையிலுள்ள வெள்ளையர்கள் அழைப்பதை சயந்தன் கேட்டிருக்கிறான். இதற்கு வால் இருக்காது, காது கேட்காது; கண்கள் தெரியாது; முடிகள் இருக்காது. முன் கால்கள் கிடையாது. பின் கால்கள் மட்டும்தான் இருக்கும். பண்ணையில், சயந்தனின் பராமரிப்பில் நின்ற ஒரு கங்காரு, பிரசவ காலத்தில் தனது ரோமங்களை நக்கி, குட்டி தனது பையுக்குள் ஏற ஒரு தடத்தை உருவாக்கியதை அவதானித்தான். பலாக்கொட்டை சைஸில் பிறந்த குட்டி தடத்தில் உருண்டு அடைப்பப் பைக்குள் போன லாவகம் பிரமிக்கவைத்தது. குட்டியின் மிகுதி வளர்ச்சி அடைப்பப் பையுக்கு உள்ளேதான் நடைபெறவேண்டும். பையுக்குள் இருக்கும் முலை போன்ற அமைப்பில் பாலை உறுஞ்சி முழுமையான வளர்ச்சியை எட்டியவுடன் பூமியில் தன்னுடைய பிஞ்சு பாதங்களை வைப்பது இயல்பாக நடக்கும் சங்கதி.

ஆனால் பண்ணையில்?

ஈன்ற மறு கணமே குட்டிகள் ஆய்வு மையத்துக்கு எடுத்துச் செல்லப்பட்டன. சுதேச விலங்குளின் இயல்பை மாற்றும் இனவிருத்தித் தடையையும் மீறி, ஆய்வுகூடத்தில் ஊளைச் சதைவைக்கும் ஆய்வுகள் கமுக்கமாக நடந்தன. பன்றிகள்போல கொழுத்துப் பெருத்த கங்காருகளின் பிம்பத்தை சயந்தனால் ஜீரணிக்க முடியவில்லை. இந்தக் கற்பனை, லண்டன் தமிழ் முதலாளி ஒருவர் வன்னியில் ஆரம்பித்த கோழிப் பண்ணை நினைவுகளை நோக்கித் தள்ளியது. அங்கு இனவிருத்தி செய்யப்பட்ட பல்இன புறொயிலர் கோழிகள் இறைச்சிக்காக வளர்க்கப்பட்டன. கூடுகளில் வளர்ந்த இவை ஒரு நிலையில் தங்கள் உடம்புப் பாரத்தை தாங்க முடியாமல் துவண்டு விழும் காட்சி சினிமா படம்போல மனதில் ஓடியது. அந்த நினைவுகள் தந்த அதிர்வுகள் இந்தக்கணமும் சுழன்றடிப்பதை சயந்தன் உணர்ந்தான்.

ஒரு நிலையில் இன்குபேட்டரில் போஷிக்கப்படும் தங்கள் குட்டிகளைத் தேடி தாய்க் கங்காருக்கள் ஆய்வுமையத்தை இரவு பகலாகச் சுற்றிவந்தன. குறைந்த பட்ஷம் சில மாதங்களாவது தான் தாயின் உடம்புச் சூட்டில் வளர்ந்த நினைவுகள் மனதில் விரிந்தன. புதிய கனவுகள் அலை அலையாக வந்து சயந்தனைப் பயமுறுத்த, பைத்தியம் பிடித்தவன் போல பள்ளிக்கூடம் போகாமல் கங்காருக் கொட்டகையே கதியெனக் கிடந்தான்.

நாட்கள் நகர சயந்தனின் அசாத்திய நடவடிக்கைகள் தீவிரமானதால் பண்ணைக்கு அருகே இருந்த வைத்திய சாலையில்

சேர்க்கப்பட்டான். பின்தங்கிய பிரதேச வைத்தியசாலைகளுக்கு வெள்ளைக்கார வைத்தியர்கள் பணிபுரிய வருவது குறைவு. புலம்பெயர்ந்த ஆசிய டாக்டர்களே பெரும்பாலும் பணிபுரிந்தார்கள். மகன், தன் இயல்பில் மனித கங்காருவாக மாறுகிறானா? என ஆஞ்சநேய பக்தரான அப்பா வார்த்தைகளை விக்கி விழுங்கிக் கேட்டபோது வாய்விட்டுச் சிரித்த நேப்பாளி டாக்டர், இது நீங்கள் நம்பும் அவதாரமும் அல்ல; நோயுமல்ல; ஆழ்மனப் படிவுகளின் வெளிப்பாடு என்றார். ஆனாலும் அப்பாவின் மனம் அடங்கவில்லை. ஊரிலுள்ள சிறுதெய்வங்களின் நினைவுகள் மனதில் சுழன்றடிக்க, அண்ணமாருக்கு ஆடுவெட்டி மடை வைக்காததால் வந்த வினைதான் இதுவென நினைத்து, பரிகாரம் செய்ய ஆயத்தமானார்.

அன்று காலை பண்ணை அமளிதுமளிப்பட்டது. அடைத்து வைக்கப்பட்ட கங்காருகள் ஓடிவிட்டதை காலையில் வேலைக்கு வந்த யாரன் அவதானித்தான். ஆய்வு மைய வாசல் கதவு உடைக்கப்பட்டு கண்ணாடி யன்னல்கள் நொருங்கியிருந்தன. அங்கிருந்த இன்குபேட்டர்கள் கவிழ்க்கப்பட்டு சிதைக்கப்பட்டிருந்தன. கங்காருக் குட்டிகளைக் காணாது நிர்வாகம் திகைத்தது.

இவ்வளவு நடந்தும் பண்ணைக்குப் பொலீஸார் அழைக்கப்படவில்லை. நடந்ததை அறிந்து, உள்மட்டத்தில் நடவடிக்கை எடுக்க நிர்வாகம் சிசிடிவி கேமராப் பதிவுகளைப் பார்த்தது. தாய்க் கங்காருக்களின் நடுவே, மனிதன்பாதி மிருகம்பாதி என்னும் கலவையான தோற்றத்தில், மங்கலான உருவம் ஒன்று கேமராவில் பதிவாகியிருந்தது.

'காலச்சுவடு' இலக்கிய சஞ்சிகை 'பிப்ரவரி 2022'

விளக்கின் இருள்

கே.எஸ்.சுதாகர்

இது எமது தபால்பெட்டிக்கு வந்திருந்த நாலாவது அநாமதேயக் கடிதம். கடந்த இரண்டு வாரங்களில் இதேமாதிரியான மூன்று கடிதங்கள் வந்திருந்தன.

'I buy houses, gas or no gas, call Tim.' — கடிதத்தில் இருந்தது இவ்வளவுந்தான். இதுபோன்ற கடிதங்கள் இனிமேலும் வரலாம். யார் இந்த ரிம்? இன்று வெள்ளிக்கிழமை என்பதால் அந்தக்கடிதங்களை எடுத்துக் கொண்டு ரவுனிற்குப் போனேன். ரவுன் எனது வீட்டிலிருந்து பத்துநிமிடங்கள் கார் ஓடும் தூரத்தில் உள்ளது. றியல் எஸ்டேட் (Real Estate) திறந்திருக்கக்கூடும். நகரம் கேளிக்கையில் நிரம்பி வழிகின்றது. மேர்க்கியூரி ஹோட்டலின் கோலாகலமான வெளிச்சத்தில் மனிதர்களின் நடமாட்டம் தெரிகிறது. சாப்பாட்டுக் கடைகளிற்குள் மக்கள் நிதானமாகவிருந்து சாப்பிட்டுக் கொண்டும் மது அருந்திக் கொண்டும் இருக்கின்றார்கள். கிளப்பிலிருந்து ஜாஸ் மிதந்து வருகிறது. மூடப்பட்டிருந்த றியல் எஸ்டேட் கடையின் கண்ணாடிக்குள்ளால் தெரியும் விளம்பரங்களைப் பார்த்து சத்தமிட்டுக் கதைத்தபடி சிலர் நிற்கின்றார்கள். அவர்கள் சண்டையை ஆரம்பிப்பதற்கு முன்னதாக நான் திரும்பிக் கொண்டேன்.

இந்த விஷயத்தை அப்பா ஒருமாதத்திற்கு முன்பாகவே அறிந்து கொண்டார் என்றுதான் நினைக்கின்றேன்.

அன்று...

*

கோடைகாலத்து வெக்கை தாங்க முடியாமல் ஹோலிற்குள் வந்து படுத்திருந்தேன். 'சமர்' காலங்களில் வெப்பநிலை நாற்பதுக்கும் மேல் போய்விடுவதால் இரவில் உறக்கம் கொள்ள முடிவதில்லை. நடு இரவு. அப்பா சிறுநீர் கழிப்பதற்காக என்னைக் கடந்து போனார். ரொயிலற்றுக்குப் போனவர் நெடுநேரமாகத் திரும்பி வரவில்லை. எங்காவது தவறி விழுந்து விடக்கூடும். அப்பாவைப் பார்ப்பதற்காக எழுந்தேன். அப்பா பின்புறத்தேயுள்ள பல்கனியூடாக எதையோ வெறித்துப் பார்த்தபடி நின்றுகொண்டிருந்தார்.

'கிரேன்போண்' அதி அற்புதமான புதிய நகரம். சொர்க்கபுரி. இருள்கூட ஒளி வீசும் அந்த நகரத்தில் இரண்டு பாடசாலைகள், பெரியதொரு ஷொப்பிங் சென்ரர், மேர்க்கியூரி ஹோட்டல், லைபிரரி, சிற்றிக்கவுன்சில், ஸ்விம்மிங் பூல், கோல்ஃ மைதானம், பார்க், கிளப், தடாகங்கள், நீரோடைகள் என எல்லாமே இருந்தன. மலை அடிவாரம் ஒன்றில் எங்கள் 'டபுள் ஸ்ரோரி' வீடு இருந்தது. வீட்டின் முன்னால் உள்ள பல்கனியில் இருந்து பார்த்தால் நகரம் பளிச்சென்ற வெளிச்சத்தில் ஜொலிப்பாகத் தெரியும்; பின்புறமுள்ள பல்கனியில் இருந்து பார்க்கும்போது மலையும் மலை சார்ந்த காடுகளும் தெரியும்.

தனக்குப் பின்னாலே நின்றிருந்த என்னை அப்பா கண்டுகொண்டார்.

'தம்பி இஞ்சை ஒருக்கா வா. இதை ஒருக்காப் பார்!' அடிவாரத்திலுள்ள அடர்ந்த காட்டுப்பிரதேசத்தை நோக்கிக் கையைக் காட்டினார் அப்பா. அங்கே சிறுசிறு தீப்பந்தங்கள் போல ஏதோ காற்றில் மிதந்து கொண்டிருந்தன.

'அது அப்பா.. காடு எரியுது. மரங்கள் ஒன்றுடன் ஒன்று உரசுவதால் தீ பற்றியிருக்க வேணும். அல்லாட்டி..... ஆராவது புகைத்துவிட்டு போதையில் சென்றவர்கள் சிகரெட் துண்டை காட்டிற்குள் எறிந்துவிட்டுப் போயிருக்கலாம்.' எனது பதிலில் அவருக்கு திருப்தி இல்லை. திருப்பவும் அதையே பார்த்தபடி நின்றார்.

*

அதிகாலை வீட்டு முன்கதவின் 'செக்யூரிட்டி டோர்' இரும்புக்கம்பிகள் சடசடத்தன. கதவை நீக்கிப் பார்த்தபோது அயல்வீட்டு மைக்கல் நின்றுகொண்டிருந்தான். அவன் 'சமர்' காலங்களில் மாத்திரம் ஃபாம் (farm) ஒன்றிற்கு வேலைக்குப் போவான். ஐம்பத்தைந்து வயதிலேயே வேலையிலிருந்து ஓய்வு பெற்றுக்கொண்ட ஒரு தனிக்கட்டை அவன். அதிகாலை ஐந்து மணியளவில் எழுந்து விடுவான். காரை ஸ்ராட் செய்து சிறிதுநேரம் காரை ஸ்ராட்டில் வைத்திருந்துவிட்டுத்தான் வேலைக்குப் புறப்படுவான். அந்தச் சத்தம் எங்களை உறக்கத்திலிருந்து எழுப்பிவிடும். வேர்த்து விறுவிறுத்து நிற்கும் அவனது கோலம் ஏதோ ஒரு அவசர செய்தியைச் சொல்லியது.

நகரத்து குளம் மீது முகில் கூட்டங்கள் போல நெருப்புப்பந்துகள் எரிந்து கொண்டு மிதந்து செல்வதாகவும், அதிகாலை வேலைக்குச் சென்ற மக்கள் அதை வேடிக்கை பார்த்துக் கொண்டு நிற்பதாகவும்

பதட்டமாகச் சொன்னான். சொல்லிவிட்டு எனது பதிலுக்காகக் காத்திருக்கவில்லை. தனது வீட்டை நோக்கி எட்டுக்கால் பாய்ச்சலில் நடந்தான். அதிகாலை ஐந்து மணியளவில் எழுந்து சாமி கும்பிடும் அப்பா வழமைக்கு மாறாக ஆழ்ந்த நித்திரையில் இருந்தார். நேற்று இரவு நேரம் கழித்துப் படுத்திருக்க வேண்டும். மகள் சுருதி அப்பப்பாவை செல்லமாகக் கட்டிக்கொண்டு படுத்திருந்தாள்.

'அப்பா சுருதியைப் பார்த்துக் கொள்ளுங்கோ. நாங்கள் கடையடிக்குப் போய்விட்டு வருகின்றோம். பாண் வாங்க வேண்டும்' சொல்லிவிட்டு மனைவி திலகாவைக் கூட்டிக் கொண்டு 'லேக்' சென்றேன்.

குளத்தைச் சுற்றி கூட்டமாக மனிதர்கள் நின்றார்கள். 'உது கொள்ளிவால் பேய்தான்' என்று திலகா என் காதிற்குள் முடிச்சுப் போட்டாள். எமக்கு நாலு வீடுகள் தள்ளி இருக்கும் பிலிப்பைன்ஸ் நாட்டைச் சேர்ந்த லொறன்ஷோவும் அஞ்சலினாவும் எங்களை நோக்கி விரைந்து வந்தார்கள். லொறன்ஷோ பார்வைக்கு தத்துவஞானி பிளேற்றோ போல இருப்பார். அவரது நடை பார்ப்பதற்கு சிரிப்பாக இருக்கும். 'தண்டு வலித்து நீரிற்குள் விரையும் படகு போல' காற்றிற்குள் கைகளை விசுக்கி அதன் உந்துசக்தியில் நடப்பார். ஒடிந்துவிழும் தோற்றம் கொண்ட அஞ்சலினா அவரது நடைக்கு ஈடு கொடுக்கும் வகையில் அவர் பின்னாலே பாய்ந்து பாய்ந்து ஓடி வந்தார்.

தனது நரைத்துப்போன தாடியை நீவிவிட்டபடியே வந்த லொறன்ஷோ, மூக்கின் நுனியில் தொங்கிய வட்டக்கண்ணாடியைக் கழற்றி தனது சட்டையின்மீது வைத்து அமுத்தித் துடைத்தார். பெரிய மண்டைக்குழியில் ஆழ அமைந்த அவரது கண்கள் எதையோ சொல்ல முற்பட்டன.

'குளத்திற்கு அருகாமையில் உள்ள 'லாண்ட்பில்' சைற்றிலிருந்து (Landfill site) மெதேன் வாயு கசிந்து வருகின்றது. வெடிக்கக்கூடிய ஆபத்து இருக்கின்றது' லொறன்ஷோ பயத்துடன் சொற்களை அளந்து வெளியே விட்டார். அவர் சொல்வது சரியாக இருக்கக்கூடும். லொறன்ஷோ மெல்பேர்ண் சிற்றியில் உள்ள 'லப்றொப் யூனிவர்சிட்டியில்' கெமிஸ்ரி லெக்ஷரராக வேலை செய்கின்றார். அவரது மனைவி நகரத்துப் பாடசாலையில் ஆசிரியையாக வேலை செய்கின்றாள்.

மாலை வேலை முடித்து பல்கணியில் இருந்தபடி நகரத்தை வேடிக்கை பார்த்துக் கொண்டிருந்தேன். 'சமர்' காலங்களில் வேலை முடித்து வந்ததும் பெரும்பாலும் இந்த பல்கணியிலேதான் எனது

மாலை நேரம் கழியும். மகளிற்கு பாடங்கள் சொல்லிக் கொடுப்பது, 'லப்ரொப்பில்' ஏதாவது பார்ப்பது என்று நேரம் இரவு பத்துமணிவரை செல்லும். சிலவேளைகளில் திலகாவும் வந்து என்னுடன் சேர்ந்து கொள்வாள். இந்த இடம் ஒரு அற்புதமான இடம். இங்கிருந்தபடியே தூரத்தில் தெரியும் நகரத்தைப் பார்த்துக் கொண்டிருப்பதில் ஒரு அலாதி சுகம். அன்று முன்னிரவில் வீசும் இதமான காற்றில் முதன் முதலாக ஒரு மணம் கிழம்பியதை நாங்கள் உணர்ந்தோம். இரவு, நாய்கள் நடுச்சாம வேளைகளில் திடீர் திடீரெனக் குரைத்தன. பறவைகளின் கிரீச்சிட்ட அவல ஓசை மலைகளிலே மோதி எதிரொலித்தன.

காற்றில் ஏதோ சகிக்க முடியாத நச்சுக்காற்று பரவியிருப்பதாக ஊரில் உள்ளவர்களும் சொன்னார்கள். அவர்கள் பயத்தினால் நாள் பூராக வீட்டைப்பூட்டி கதவுகளைத் திறக்காமல் வைத்திருந்தார்கள். விஷயம் கவுன்சில் அதிகாரிகளுக்கு அறிவிக்கப்பட்டது. எங்கிருந்து அந்த வாயு கசிகின்றது என்பதைக் கண்டறிய விஞ்ஞானிகள் கொண்ட ஒரு குழு வந்திறங்கியது. குளத்தின் மேலே வாயு முதன்முதலாகத் தோன்றியதால், குளத்தை சந்தேகப்பட்டார்கள். குளத்தைச் சுற்றிப் படம் எடுத்தார்கள். குளத்தைக் கலக்கி 'சாம்பிள்' எடுத்தார்கள். அதன் மேலே இருக்கும் காற்றை பலூன் போன்ற ஒன்றிற்குள் நிரப்பினார்கள். மண்ணைத் தோண்டி அதிலும் 'சாம்பிள்' எடுத்தார்கள். இவற்றையெல்லாம் பார்த்து குளம் மிரண்டு போகாததால், அவர்கள் போய்விட்டார்கள்.

கங்காருக்களின் சுவாசத்தில் இருந்து வெளிக்கிளம்பும் ஒரு வாயுதான் இந்த மணத்திற்கும் வெளிச்சத்துக்கும் காரணம் என அடுத்தவாரம் வெளிவந்த 'லோக்கல்' பேப்பரின் தலைப்புச்செய்தி சொல்லியது. அந்த விளக்கத்தைக் கேட்ட மக்கள் விழுந்து விழுந்து சிரித்தார்கள். கங்காரு தேசிய விலங்கு என்பதால் அரசியல்வாதிகள் எதையும் வெளிப்படையாகச் சொல்வதற்கு தயங்கினார்கள். முன்பு இந்தப்பிரதேசத்தில் இருந்த ஏராளமான கங்காருகளையும் (Kan—garoo) கோலாக்களையும்(Kola) கலைத்துவிட்டுத்தான் இந்த நகரம் கட்டியெழுப்பப்பட்டுள்ளது. இப்பொழுதும்கூட கங்காருகள் ரிசேவ் பகுதியிலிருந்து அடிக்கடி இங்கு வந்து செல்வதைக் காணலாம். எனது செக்யூரிட்டிக்கமராவில் கூட அடிக்கடி கங்காருகளினதும் கோலாக்களினதும் நடமாட்டத்தைக் கண்டிருக்கின்றேன்.

*

பிறிதொருநாள் வெப்பநிலை 44 செல்ஸியசிற்குப் போய்விட்டது. இரவுபகலாக எல்லா வீடுகளிலும் 'ஏயர்கொண்டிஷன்' உறுமியது. அந்த உறுமலிற்குள்ளும் எங்கோ ஒருபெண்ணின் ஓலமிடும் சத்தம் கேட்டது. நள்ளிரவைக் கடந்துவிட்ட நேரத்திலும் வீதியில் மக்களின் ஆரவாரம் கேட்டது. இத்தாலிக் குடும்பம் இருக்கும் வீட்டிற்கு முன்னால் சிலர் கதைத்துக் கொண்டு நின்றார்கள். அவர்களின் நடுவே நின்ற அந்த வீட்டுப்பெண் கைகளை எறிந்து தனது பாஷையில் ஏதோ திட்டியபடி நின்றாள். பாஷை தெரியாதபடியால், அவளைப் பார்க்க ஒரு நாடக நடிகை போல எனக்குத் தோன்றினாள். அவளின் கணவன் தமது வீட்டுவளவிற்குள் எங்களைக் கூட்டிச் சென்றான். வளவின் மூலையில் புகை கிளம்பிக் கொண்டிருந்தது.

அடுத்தநாள் மீண்டும் எல்லோருமாக நகரசபை அலுவலகத்திற்குச் சென்றோம்.

மெதேன் வாயு மண்ணுக்குக் கீழிருந்து ஏன் வரவேண்டும்? நாங்கள் இருக்கும் நிலப்பிரதேசத்திற்குக் கீழே இரசாயனக்கழிவுகள் புதையுண்டு இருக்கலாம். நிலத்திற்குக்கீழே இலத்திரனியல் கழிவுகள் உள்ளது என்றால் அது ஏன் அரசுக்குத் தெரிந்திருக்கவில்லை?

தொலைக்காட்சிப் பெட்டி, குளிர்சாதனப் பெட்டி, கணினி, கையடக்கத் தொலைபேசி போன்ற மின்னணு உபகரணங்கள் பாவனையற்றுப் போகும் போது மின்னணுக்கழிவுகள் ஆகின்றன. புவியை மாசாக்குவதில் இவை பெரும் பங்கு வகிக்கின்றன. தொழில் நுட்பம் முன்னேறி வருகையில், சந்தையில் போட்டி போட்டுக் கொண்டு புதிது புதிதாக பொருட்கள் வருவதால் இந்தக்கழிவுகள் கூடுகின்றன. உபகரணங்களின் ஆயுள்காலம் குறைவதாலும், திருத்துவதை விட புதிதாக வாங்குவது சிறந்தது என்பதாலும் மக்கள் அவற்றை எறிந்துவிட்டு புதிதை வாங்குகின்றார்கள். இந்த இரசாயனக்கழிவுகள் நச்சு வாயுக்களை வெளிவிடுகின்றன. இவை வளிமண்டலத்தை மாசாக்கி சுவாசத்திற்கு கேடாகின்றன, மண்ணின் இயல்பைப் பாதிக்கிறது; சுற்றுச்சூழல் பாதிப்படைகின்றது. மின்னணுப் பாவனை தவிர்க்க முடியாததுதான். மீள்சுழற்சி, மீள் பயன்பாடு பற்றிய சிந்தனையும் தொழில்நுட்பவியலாளர்களுக்கு இருக்க வேண்டும்.

எதற்கும் ஒரு வரலாறு உண்டு. அதை நாம் பின்னோக்கிப் பார்த்தல் வேண்டும். இந்த நிலத்திற்கும் ஒரு வரலாறு இருந்தது. ஆதி இனமக்களை விரட்டி விரட்டி அவர்கள் இருந்த இடங்களையெல்லாம் அபகரித்து எப்போதோ நகரங்கள் எழுப்பிவிட்டார்கள். இவை புதிய

நிலங்கள். இந்த நிலம் பற்றிய தகவல்கள் ஒருவரிடமும் தெளிவாக இல்லை. முன்னொரு காலத்தில் கழிவுகளால் மூடப்பட்ட இந்த நிலம் செப்பம் செய்யப்பட்டு சமதரையாக்கப்பட்டுள்ளது. இயற்கையைச் சீர்குலைத்து எங்கள் நகரம் கட்டப்பட்டிருந்ததை அறிந்தபோது எல்லாரும் கொதித்துப் போனோம்.

மலையும் மலை சார்ந்ததுமான இந்த இடத்தில் இருப்பதற்கு அனேகமானவர்கள் விரும்பியது என்னவோ உண்மைதான். இங்குள்ள ஒவ்வொரு கட்டடமுமே பார்த்துப் பார்த்துக் கட்டப்பட்டது. இந்த வீடு எமக்கொரு Dream House காணியின் தற்போதைய பெறுமதியே அரைக்கோடி பெறும். அந்தக் காணித்துண்டை வாங்க ஒருவருடத்திற்கு முன்பு நாங்கள் எடுத்த முஸ்தீபுகளை எண்ணிப் பார்க்கின்றேன். அன்று அதிகாலை மூன்றுமணிக்கு எழுந்து பனிப்புகாரில் காரை வேகமாகச் செலுத்தி காணியைப் பதிவு செய்யும் இடத்திற்குப் போய், நீண்ட வரிசையில் காத்திருந்து இந்தக்காணியை வாங்கியிருந்தோம். மலையில் அந்தரத்தில் வீடு கட்டி அழகு பார்க்க எத்தனை பேருக்குத்தான் ஆசை? அந்தரத்தில் வாழ்வதென்றால் வெள்ளைக்காரனுக்கு அலாதிப் பிரியம். அவர்களுடன் போட்டி போட்டு வாங்கிய நிலம் இது.

*

வீட்டு வளவிற்குள்ளும் வாயு கசியத் தொடங்கியதன் பிற்பாடு எல்லாமே வேகமாக நடக்கத் தொடங்கின. இந்தமாதிரிக் கடிதங்களும் வரத்தொடங்கின. 'I buy houses, gas or no gas, call Tim.' தினம் தினம் எல்லோருக்கும் இதுமாதிரிக் கடிதங்கள்.

எங்கே என்று இலையான்கள் ஒட்டிக் கொண்டிருந்த றியல் எஸ்ரேற் நிறுவனங்கள் மேலும் புரளியைக் கிளப்பி சங்கை ஊதின. அவர்கள் குறைந்த விலையில் வீடுகளை வாங்கி வாடகைக்கு விடத்தொடங்கினார்கள். வருங்காலத்தில் 'அறா' விலைக்கு விற்கலாம் என்பது அவர்கள் திட்டம். Country Fire Authority இந்த வாயுவின் வெடிக்கும் தன்மை பற்றி எச்சரிக்கை செய்திருந்த நிலையில், வீட்டை ஒருவருக்கும் விற்கவோ அல்லது வாடகைக்கு விடவோ முடியாது என்றுதான் நினைத்திருந்தோம். ஆனால் றியல் எஸ்ரேற்காரர்களின் இந்தச்செயல் எங்களுக்கு பீதியை உருவாக்கின.

இந்த வாயுக்கசிவு இன்னும் ஒருவருடந்தான் நீடிக்கும் என்று Environment Protection Authority இல் உள்ளவர்கள் சொன்னார்கள். 12 குடும்பங்கள் ஏற்கனவே வெளியேறிவிட்டனர். லான்ட் ஃபில் சைற்றின் ஒருபுறத்தில் வெடிக்கும் அபாயம் இருந்ததால் 200 வீடுகள்

சீல் வைக்கப்பட்டுவிட்டன. உடல்நலத்திற்கும் பாதிப்பு ஏற்படலாம் என சுகாதாரத்திணைக்களம் சொல்லியது. எமக்குத் தெரிந்த சிலரும் வீட்டை விற்கத் தொடங்கியிருந்தார்கள். அடுத்துவந்த சனிக்கிழமை காலை லாண்ட் ஃபில் சைற்றுக்கு அண்மையாகவுள்ள வீதிகளில் நடந்து பார்த்தோம். ஐந்து வீடுகள் வாடகைக்கு விளம்பரப்படுத்தப்பட்டிருந்தன. வேடிக்கை என்னவென்றால் விளம்பரங்களில் 'close to parks' என்றும் 'a great famliy home' என்றும் புகழ்ச்சியாக எழுதப்பட்டிருந்ததுதான். ஒருவர்தன்னும் மெதேன்வாயு பற்றிக் குறிப்பிடவில்லை. றியல் எஸ்ரேற் ஏஜென்ற் இப்பொழுதும் ஆக்களைக் கூட்டிக்கொண்டு வந்து வீடுகளைக் காட்டியபடி இருந்தார்கள். அவர்கள் Investment property ஆக வாங்குபவர்களாக இருக்க வேண்டும்.

Methane வாயுக் கசிவினால் வீட்டு விலையில் நிச்சயம் வீழ்ச்சி ஏற்படும் என்றான் மைக்கல். அவன் தனது 400,000 டொலர் பெறுமதியான வீடு 300,000 டொலருக்கு தாழ்ந்து விட்டதாக அழுதான். அவன் அந்த வீட்டை தனது retirement money இல் கட்டியதாக வேறு புலம்பினான். ஒவ்வொரு நாள் மாலைப்பொழுதிலும் வீட்டிற்கு வந்து உரையாடிவிட்டுப் போவான்.

கிராமத்தில் இருந்த அனைவரையும் அப்புறப்படுத்தும் முயற்சியில் அரசு கவனம் செலுத்துவதாகவும், அதற்கு நஷ்ட ஈடாக றீலொக்கேஷன் கிராண்ட் (Relocation grant) வழங்கப்படும் என்றும் பேச்சு அடிபட்டது. வீடு கட்டுவது என்பது ஒரு 'ஆயுட்கால கனவு'. பார்த்துப் பார்த்துக் கட்டிய வீடு மாதிரி இன்னொரு வீட்டைக் கட்ட முடியுமா? வீடு கட்டும் வரைக்கும் என்ன செய்வது? Mortgage கட்டிக் கொண்டு வாடகைக்கு வீடு எடுத்துக் கொண்டு போவது இயலாத காரியம்.

அப்படியென்றால் இந்தப் பிரதேசம் மனித சஞ்சாரமற்ற சூனியப் பிரதேசமாக மாறிவிடுமா?

விடயம் பாராளுமன்றத்தில் விவாதத்திற்கு எடுத்துக்கொள்ளப்பட்டது. Environment Protection Authortityயிடமும் விஞ்ஞானிகளிடமும் அதைப்பற்றி ஆராய்ந்து அறிக்கை தருமாறு அரசு கேட்டிருந்தது. புதிதாக வரும் தண்டனைக்குரிய குற்றங்கள் புரிந்த ஆயுள் கைதிகளை இங்கே குடியமர்த்தலாம் என்றும் இதனால் குற்றம் செய்பவர்கள் உருவாகும் வீதத்தைக் குறைக்கலாம் என்றும் அவர்கள் ஆலோசனை சொன்னார்கள். இதன் மூலம் மனிதர்கள் மீது அந்த வாயுக்கசிவின் இரசாயனத்தாக்கத்தை அறியலாம் என்பது

விஞ்ஞானிகளின் எண்ணம். 'கினிப் பிக்'குகளிலும் குரங்குகளிலும் செய்த ஆராய்ச்சியை மனிதரில் தொடர அவர்களுக்கு அது ஒரு வாய்ப்பாக இருந்தது.

*

ஒருநாள் அதிகாலை பாரிய இயந்திரங்கள் நகரிற்குள் நுழைந்தன. தொபுக்குத் தொபுக்கென மஞ்சள்நிற ஆடை அணிந்த பென்னாம்பெரிய மனிதர்கள் லாண்ட் ஃபில் செய்த இடங்களில் உலாவினார்கள். நிலத்திற்கடியில் குழாய்களை உட்செலுத்தி வாயுக்களை உறிஞ்சினார்கள். நிலத்திற்குக் கீழே இரசாயனத்தாக்கத்தை செயலிழக்கச் செய்யும் தகடுகளை தாட்டார்கள். அன்றையநாள் முழுவதும் கனரகவாகனங்களின் இரைச்சல் சத்தம் கேட்டவண்ணமிருந்தன.

பாரிய இயந்திரங்கள் வந்துபோன மறுவாரத்தில் எல்லோருக்கும் கடிதங்கள் வந்தன. கடிதம் சொன்னது இதுதான்; 'மனிதர்களும் விலங்குகளும் வசிப்பதற்கு உரிய பிரதேசமாக 'கிரேன்போண்' உறுதி செய்யப்பட்டுள்ளது.'

இருப்பினும் ஒருவரும் வீட்டை வாங்க முன்வராததால் வீட்டின் விலை மேலும் சரிந்தது. அதற்கடுத்துவந்த நாட்களில் மைக்கல் தனது வீட்டை ரியல் எஸ்ரேற்காரர்களுக்கு விற்றுவிட்டுப் போய் விட்டான்.

தெரிவு செய்யப்பட்ட சில வீடுகளில் கதிர்வீச்சுத்திறனை அறியும் கருவிகளை வைத்திருந்தார்கள். ஒவ்வொரு புதன்கிழமையும் ஒரு பெண் வந்து வளிமண்டலத்திலுள்ள மெதேன்வாயுவின் அளவைக் குறித்துச் செல்வாள். எதிர் வீட்டிலிருந்த செவற்லனா என்ற யூகோஸ்லாவியப் பெண் தனது மெதேன்வாயுவை அளவிடும்கருவி ஒருபோதும் பூச்சியத்தைக் காட்டவில்லை என்றாள். யார் என்ன சொன்னாலும் தான் தனது வீட்டை விற்கப் போவதில்லை என்று உறுதியாகச் சொன்னாள்.

வொறன்ஷோவுடன் கதைத்தால் மனதுக்கு அமைதியாக இருக்கும். எல்லாவறையும் அறிவுபூர்வமாக விஞ்ஞான விளக்கங்களுடன் சொல்லுவார். அதைவிட ஊரில் எல்லாரும் மெச்சுகின்ற, நாலும் தெரிந்த ஒரு மனிதர் என்பது பலரது அபிப்பிராயம். அதனால் அவரிடம் பலரும் ஆலோசனை கேட்கின்றார்கள். அவனது வீட்டிற்கு நானும் மகளுமாக அன்று மாலை சென்றோம். நாங்கள் சென்றவேளை அவர் தனது வீட்டுத்தோட்டத்திற்குள் நின்றார். வேலை — வேலை முடிந்தால் வீடு — வீட்டுத்தோட்டம் அவர்

ஒரு கெமிஸ்ரி லெக்ஷரர் என்பதைச் சொல்லாமல் சொல்லியது. தாவரங்களில் உள்ள காய்கள் வழமைக்கு மாறாக பெருத்திருந்தன.

‘ஏன் எதற்காக இப்படிப் பயப்படுகின்றீர்கள்? நீங்கள் ஒரு பொறியியலாளர்தானே! நீங்களே பயப்பட்டால்? இன்னும் ஒரு வருடத்திற்குள் எல்லாம் சரிவந்துவிடும்’ என்றார் லொறன்ஷோ.

‘மனித மனங்களைப் பக்குவப்படுத்தி சீரான வாழ்வுக்கு நெறிப்படுத்துவதுதான் அறிவியல். ஆனால் இஞ்சையென்னண்டா 10 வருடங்களுக்கு முன்னர் இரசாயனக்கழிவுகள் கொட்டப்பட்ட ஒரு இடத்தை நகரமாக்கியிருக்கின்றார்கள். இது நகரமா அல்லது நரகமா? எவ்வளவோ நிலம் இருக்க — இங்கே போய் ஏன் வீடு கட்டுவதற்கு தெரிந்தெடுத்தார்கள்?’ கோபமாகச் சொல்லிக்கொண்டுவந்த அஞ்சலினா லொறன்ஷோவுடன் ஒட்டி அமர்ந்து கொண்டாள்.

‘நீங்கள் எப்பவாவது ‘பலறாற்’ தங்கச்சுரங்கத்திற்குப் (Ballarat Gold—mine) போயிருக்கின்றீர்களா?’ லொறன்ஷோ கேட்கும்போது மகள் சுருதி மகிழ்ச்சியில் துள்ளிக் குதித்தாள். பாடசாலையில் அவளைக் கூட்டிச் சென்றிருந்தார்கள். நானும் ஒருதடவை போயிருக்கின்றேன்.

‘நிலத்திற்குக் கீழே ஒரு கிலோமீற்றர் ஆழத்தில் தங்கம் அகழ்ந்தெடுத்த இடத்தை நிச்சயமாக நீங்கள் பார்த்திருப்பீர்கள். அந்த இடத்தைப்போல, முன்பு தங்கம் அகழ்ந்தெடுத்த எத்தனையோ சுரங்கங்கள் பலறாற் நகரத்திற்குக் கீழே இருக்கின்றன. அதற்கு மேலே அழகாக பலறாற் நகரம் உள்ளது. எத்தனை ஆயிரம் மக்கள் மகிழ்ச்சியாக அங்கே வாழ்கின்றார்கள் தெரியுமா? ஒரு சின்ன நிலநடுக்கம் போதும், பலறாற் என்ற நகரமே புதையுண்டு போகும்’ என்று பலறாற் பற்றியதொரு குட்டி விவரணம் செய்தார் லொறன்ஷோ.

முன்பு இலங்கையில் அஸ்பெஸ்ரஷ் சீற் (Asbestos sheet) போட்ட வீடுகளில் வசித்தவர்களுக்கு கான்சர் வந்ததால் அஸ்பெஸ்ரஷிற்கு அரசு தடை விதித்தது பற்றி அவருக்குச் சொன்னேன்.

‘அஸ்பெஸ்ரஷ் சும்மா வெறுமனே இருக்கும்போது தீங்கு தராது. அதை உடைக்கும்போது அதிலிருந்து வெளியேறும் தூசுகள்தான் கான்சர் போன்ற வருத்தங்கள் வருவதற்குக் காரணமாகின்றன. அதைப்போலத்தான் இந்த இலத்திரனியல் கழிவுகளும் நிலத்திற்குக் கீழே சும்மா இருந்தபோது ஒன்றுமே செய்யவில்லை. நிலத்தை சீராக்கி நகரமாக்கும்போது அவை ஒன்றுடன் ஒன்று அமுங்குவதால் தாக்கமுறுகின்றன’ என்று விளக்கம் தந்தார் லொறன்ஷோ.

‘இது எல்லாருக்குமுள்ள பொதுப்பிரச்சினைதான், என்றாலும் இதை சும்மா மேம்போக்காக விட்டுவிட முடியாது’ ஒரு கையில் சுருதியைப் பிடித்தபடி தேநீர் தட்டுடன் வந்து கொண்டிருந்தார் அஞ்சலினா. லொறன்ஷோவுடன் சுவாரஷ்யமாக உரையாடிக்கொண்டிருந்ததில் அவர்கள் இருவரும் எப்பொழுது எழுந்து உள்ளே போனார்கள் என்பதை நான் கவனிக்கவில்லை.

*

குளிர்காலம் ஆரம்பித்துவிட்டது. சமரின் கடைசிப் பார்ட்டி இந்த வருடம் கிறீக்நாட்டு ஜானியின் வீட்டில் நடந்துகொண்டிருந்தது. ஜானியின் வீடு பூங்காவை ஒட்டியிருந்தது. பூங்காவில் இன்னமும் சிறுவர்கள் விளையாடிக் கொண்டிருந்தார்கள். நாங்கள் மது அருந்திக்கொண்டே கார்ட்ஸ் விளையாடிக் கொண்டிருந்தோம். அரசியல், பொருளாதாரம், சினிமா என்று உரையாடல் தொடர்ந்தது.

‘அடுத்த சமருக்கு திரும்பவும் பூதம் கிளம்பும்’ என்றான் பிஜி நண்பன் சுரேஷ். மற்றவர்களுக்கு அவன் சொன்னது விளங்கவில்லை.

‘ஆயுள்கைதிகளை இங்கே குடியிருத்துவது பற்றி முன்பு கதைத்தார்களே என்னவாயிற்று?’ என்றான் ஜானி.

சுரேஷ் கையைத்தூக்கி ஜோக்கரை ஆட்டிக் காட்டிவிட்டு ‘நாங்கள்தான் அந்த ஆயுள் கைதிகள்!’ என்றான்.

‘ஆர் கண்டது? ஒருகாலத்தில் இந்த வாயுக்கசிவின் இரசாயனத்தாக்கத்தை அறியும் காரணிகளில் எங்கள் உடல்களும் முக்கியத்துவம் பெறலாம்’ என்றேன் நான்.

பார்ட்டியில் வழமையாகக் கலந்து கொள்ளும் லொறன்ஷோவும் அஞ்சலினாவும் வரவில்லை. ஒரு தடவை அவர்களை எட்டிப் பார்த்து வரலாம் என்ற நினைப்பில் நானும் சுரேஷும் புறப்பட்டோம். அவர்களின் வீடு பூட்டிக் கிடந்தது. ஜானியின் வீட்டிற்குத் திரும்பி வந்து கொண்டிருக்கையில் இடையில் செவற்லனா இடை மறித்தாள்.

‘பார்டிக்கு வரவில்லையா?’ என்றான் சுரேஷ்.

‘மனசு சரியில்லை’ என்றபடி confidential என்று எழுதப்பட்டிருந்த முத்திரை ஒட்டப்படாத கடிதமொன்றைக் காட்டினாள் அவள். அதில்

‘ஓடி விடுங்கள். ஒருகணமேனும் இங்கே இருக்காதீர்கள்!’ என்று எழுதப்பட்டிருந்தது.

அந்தக் கையெழுத்து பேராசிரியர் லொறன்ஷோவினுடையது போல் இருந்தது. சுரேஷ் தனக்கும் இதுபோல ஒரு 'குப்பை' வந்திருந்ததாகச் சொன்னான். நான் ஒன்றும் சொல்லவில்லை. எனது லெட்டர் பொக்சைத் திறந்து பார்த்தேன். எனக்கும் அதே கடிதம்.

'உது ரியல் எஸ்டேட்காரன்களின்ரை வேலை. எப்பவுமே எதையுமே கூடாததாகக் காட்டி வளைச்சுப் போடுறதுதான் அவங்கட வேலை. அவங்களிட்டை எக்கச்சக்கமான பணத்தை வாங்கிச் சுருட்டிக்கொண்டு ஓடித் தப்பிவிட்டார் பேராசிரியர்' என்றான் சுரேஷ்.

'சும்மா போப்பா... நல்ல மனிசனை ஏன் உப்பிடி கூடாதபடி கதைக்கிறாய்! லொறன்ஷோ ஒரு பேராசிரியர். அரசாங்கப் பல்கலைக்கழகத்திலை வேலை செய்பவர். வெளிப்படையாக இந்த இடத்திலை ஒருத்தரும் இருக்க முடியாது எண்டு சொன்னா, அரசாங்கம் அவரை என்ன செய்யும் எண்டு யோசிச்சுப் பார். பிறகு பல்கலைக்கழகத்திலை அவரை வேலை செய்ய விடுமா?'

என்ன இருந்தாலும் பேராசிரியரும் மனைவியும் போய்விட்டார்கள். அவர்களுக்கென்ன? இன்னும் சிலமணி நேரத்தில் பேராசிரியர் போய்விட்ட விஷயம் வீடு வீடாய் கசிந்து விடும். அதன்பிறகு இன்னும் சிலர் ஓடக்கூடும்.

தெருவிளக்குகள் ஒளியை உமிழ்ந்தவண்ணம் உள்ளன. அவற்றின் கீழே படர்ந்திருந்த இருளை நான் உற்று நோக்கியபடி இருக்கின்றேன். கங்காருகள் பூங்காவிற்குள்ளால் பாய்ந்து செல்கின்றன. அந்தப்பாய்ச்சல் 'ஓடி விடுங்கள். ஒருகணமேனும் இங்கே இருக்காதீர்கள்!' என்று சொல்லாமல் சொல்லியது.

அவள் ஒரு பூங்கொத்து

தேவகி கருணாகரன்

அந்த வருடம் நியுவ் சவுத் வேல்ஸ் பல்கலைக்கழகத்தில் வணிகமும் பொருளாதாரமும் படிக்கத் தொடங்கியிருந்தேன். மெடிக்காவை முதன் முறையாக அங்குதான் சந்தித்தேன். மெடிக்கா என்ற பெயர் விசுவாமித்திரரை மயக்கிய மேனகையின் பெயரை நினைவூட்ட, நான் என்னையே மறந்து நின்றேன். அந்தத் தேவதையின் அழகோடு அவள் என் கண்களுக்கு தெரிந்தாள். இருதய வடிவமான வெள்ளை நிற முகத்தில் கருநீலக் கண்கள். அதிலே நீலம் கொஞ்சம் தூக்கலாகவேயிருந்தது. குவிந்த சற்று தாராளமான உதடுகள், சிறிய சப்பட்டை நாசி, கறுப்பும் தங்க நிறமும் கலந்த நெருக்கமான சுருள் சுருளான முடி ஒளிவட்டமாக அவள் முகத்தைச் சூழ்ந்து காதுகளைத் தழுவியபடி வளைந்திருந்தது. அது மட்டுமா செதுக்கிய கோயிற் சிற்பத்தை ஒத்த உடற்கட்டு.

மெடிக்காவும் நான் மேற் கொண்டிருந்த அதே பாடங்களைத்தான் படித்துக் கொண்டிருந்தாள். மெடிக்காவின் பெற்றோர், உறவினர் எல்லோரும் மேற்கு அவுஸ்திரேலியாவில் குடியிருந்தார்கள். அவள் மட்டும் சிட்னியில் ஒரு ஹொஸ்டலில் தங்கியிருந்து படித்துக் கொண்டிருந்தாள். பல்கலைக்கழக அறிவகத்திலும் எங்கள் வீட்டிலும் சில மாணவர்களுடன் குரூப் ஸ்டடி மேற்கொள்வோம் அதில் மெடிக்காவும் இருந்ததனால் நெருங்கிய நண்பர்களானோம்.

என் பெற்றோர் தமக்கும் தம் பிள்ளைகளுக்கும் சிறீலங்காவில் ஒரு எதிர்காலமில்லையென உணர்ந்து அவுஸ்திரேலியாவிற்கு ஆயிரத்து தொளாயிரத்து தொண்ணூற்றி ஐந்தில் புலம் பெயர்ந்திருந்தார்கள். பெற்றோர் என்னையும் தங்கை வேணியையும் சிறுவயது முதல் தமிழ் பள்ளிக்கூடத்திற்கு அனுப்பியதால், எங்களால் தமிழில் பேசவும் எழுதவும் கூடியதாகவிருந்தது. வீட்டிலே நாங்கள் தமிழிலே தான் பேச வேண்டும் என்பது அம்மாவின் கட்டளை. வீட்டிற்குள் நாங்கள் தமிழர், வீட்டை விட்டு வெளியே வந்ததும் அவுஸ்திரேலியராகி விடுவோம்.

இறுதியாண்டு பரீட்சை எழுதிவிட்டு முடிவுகளுக்காக மெடிக்காவும் நானும் காத்துக் கொண்டிருந்தோம். பல்லின மக்கள்

வாழும் அவுஸ்திரேலியாவில் மெடிக்கா எந்த நாட்டைச் சேர்ந்தவள் என ஆராய்ச்சி செய்ய எனக்கு தோன்றவேயில்லை. ஏனென்றால் மெடிக்காவைப் பார்த்த நாளிலிருந்து அவள் மேல் ஒரு அன்பு, ஏன் காதலே பிரவாகித்திருந்தது. மெடிக்காவின் நளின பழக்க வழக்கங்கள் என்னை மிகவும் கவர்ந்திருந்தன. நாலு வருடமாக சிநேகிதர்களாக பழகிவந்த எங்களுக்குள் இப்போது காதல் மலர்ந்திருந்தது.

ஒரு நாள் 'மாதவன்! உங்கட பெயருக்கு அர்த்தம் ஏதும் இருக்கோ?' என மெடிக்கா என்னைக் கேட்டாள்.

'லோர்ட் கிருஷ்ணாவைப் பற்றிக் கேள்விப்பட்டிருப்பாய் தானே அவரது இன்னுமொரு பெயர் தான் மாதவன். உன் பெயருக்கு என்ன அர்த்தம்?' என கேட்டேன்.

'ஓகோ அப்படியா. மெடிக்கா என்றால் பூங்கொத்து' என்றாள்.

பெயருக்கு ஏற்ப மெடிக்கா அன்று மலர்ந்த பூங்கொத்தாக மென்காற்றலையாக எங்கு பிரசன்னமானாலும் என்னை மகிழ்வூட்டினாள்.

அன்று மெடிக்காவைச் சந்தித்து என் காதலைச் சொல்லி என்னை மணந்து கொள்ளச் சம்மதமா என கேட்பது என முடிவெடுத்தேன். ஆகையால் மெடிக்கா தங்கியிருந்த ஹொஸ்டலுக்குப் போய் அவளை காரில் ஏற்றிக்கொண்டு இயற்கை அழகு மிளிரும் ப்புளூ மவுண்டன் மலையை நோக்கிப் புறப்பட்டோம்.. ஒரு மணித்தியாலக் கார் சவாரியை சந்தோசமாக கதைத்தபடி கடல் மட்டத்திலிருந்து 1017 மீட்டர் உயரத்தில் இருந்த 'எக்கோ பொயின்ட்' என்ற உச்சியை அடைந்தோம். கை கோர்த்தபடி லுக் அவுட்டில் நின்று எம்முன்னே இருந்த இயற்கை அழகை இரசித்தோம். ஒருபுறம் மூன்று சகோதரிகள் மலைத்தொடரும், மறுபுறத்தில் நீர் வீழ்ச்சியும், நடுப்பள்ளத்தாக்கில் சடைத்து வளர்ந்திருந்த யுக்கலிப்டஸ் மரங்களின் வாசனை இலைகளில் சூரிய ஒளி சிதறி நீல நிறமாகி அகல்பரப்புக் காட்சியாக எங்கள் கண்முன் விரிந்து இருந்தது. அது ஒக்டோபர் மாதம். நீல வானத்தில் அங்கொன்றும் இங்கொன்றுமாய் வெள்ளை முகில்கள் கோடிட்டிருந்தன. இதமான யுக்கலிப்டஸ் நறுமணக் காற்றும் வீசியபடியிருந்தது. இங்கு நான் என் பெற்றோர், நண்பர்களோடு பலதடவை வந்திருக்கிறேன். ஆனால் இன்று என் பக்கத்தில் மெடிக்காவும் நின்றதால், கண்முன் விரிந்து கிடந்த இயற்கை அழகு புதுப் பொலிவாக என் கண்களுக்குத் தெரிந்தது.

அந்த உச்சியில் இருந்த ரெஸ்டொரண்டில் உணவுக்கு ஆர்டர் செய்துவிட்டு இந்த ரம்மியமான சூழ்நிலையில் மெடிக்காவின் தளிர்க்

கரங்களைப் பற்றியபடி, 'மெடிகா நான் உன்னைக் காதலிக்கிறேன், உன்னைச் சந்தித்த நாள் முதல் உன்னை நான் காதலித்திருக்கிறேன். வில் யு மரி மி?' என அவள் கண்களைப் பார்த்தபடி கேட்டேன். என் குரல் லேசாக நடுங்கியது.

'ஓ மாதவன் ஐ லவ் யு டூ. நீ கேட்டிருக்காவிட்டால் நானே கேட்டிருப்பேன்' என்றவள் நான் நீட்டிய கரங்களுக்குள் தஞ்சம் அடைய, காற்றாகக் கனத்த அவளைத் தூக்கி ஒரு சுற்றுச் சுற்றிவிட்டு, முத்தமிட்டபடி அணைத்துக் கொண்டேன்.

இருவரும் கைகோர்த்தபடி பக்கத்தில் இருந்த ஒற்றை அடிப் பாதையால் நடந்தபடி எமது பெற்றோருக்கு இந்த சந்தோசமான விசயத்தைச் சொல்லி அவர்கள் ஆசீர்வாதத்தைப் பெறுவதைப் பற்றிப் பேசினோம். நான் மெடிக்காவின் பெற்றோரையோ உறவினரையோ சந்தித்ததில்லை. மெடிக்கா பல்கலைக்கழகத்தின் விடுமுறை நாட்களில் வேலை செய்வதால் வருடத்திலே ஒரு முறைதான் தன் ஊருக்குப் போய் வருவாள். குரூப் படிப்பிற்காக மெடிக்கா என் வீட்டுக்கு வந்தபோது என் பெற்றோரையும் சந்தித்திருக்கிறாள். அம்மாவின் சோறு கறியை மற்றவர்களோடு சேர்ந்து, 'நைஸ், லவ் இட்' எனச் சொல்லிச் சாப்பிட்டிருக்கிறாள். நானும் என் தாய் மண்ணைப் பற்றியும், நாங்கள் புலம்பெயர்ந்ததற்கான காரணத்தையும் கூறியிருந்தேன். எங்கள் இந்து சமயத்தைப் பற்றியும் கூறி, ஏன் வெஸ்ட்மீடில் உள்ள முருகன் கோயிலுக்கும் கூட்டிக் கொண்டு போயிருக்கிறேன்'.

'மெடிக்கா! நான் உன் பெற்றோரைச் சந்தித்து உன்னை மணப்பதற்கு அவர்கள் சம்மதத்தைக் கேட்க வேண்டாமா? அடுத்த வாரம் நீ உன் ஊருக்குப் போகும் போது நானும் வாறேன்.' என்றேன்

'ஓ !யெஸ், மை கிரான்பா வில் லவ் யு' மெடிக்காவின் குரலில் ஒரே குஷி.

என் பெற்றோரிடம் நான் என் கூட்டாளிகளோடு மூன்று நாளைக்கு பேர்த் நகரத்துக்குப் போகிறேன் எனக் கூறிவிட்டு மெடிக்காவுடன் பேர்த்துக்குப் புறப்பட்டேன். அம்மா அப்பாவிடம் நான் ஒரு வெள்ளைக்காரப் பெண்ணை விரும்புகிறேன் அவளைத்தான் கட்டப்போகிறேன் என்றால் ஒத்துக் கொள்வார்களோ தெரியாது. சிட்னியில் வாழ்ந்தாலும் அவர்கள் தங்கள் பண்பாடு கலாசாரம் எதையும் விட்டுக் கொடுக்காமல் வாழ்கிறார்கள். மருமகளும் தமிழாக இருக்கவேணும் என்று தானே விரும்புவார்கள் அதுமட்டுமா என்னை மெடிக்காவின் வெள்ளைக்காரக் குடும்பம் இந்தக் கறுப்பனை,

மனதார ஏற்றுக் கொள்ளவேணுமே. நாங்கள் எதிர்கொள்ள வேண்டிய தடங்கல்களை ஒவ்வொன்றாக கடப்போம் என்பது போன்ற பல எண்ணங்கள் தான் மனதை நிறைத்திருத்திருந்தன.

குவாண்டஸ் விமானம் மூலம் பேர்த் போய் இடறங்கி ஒரு மணித்தியாலம் கழித்து ஒரு சின்ன விமானத்தில் ஏறி போர்ட் ஹெட்லண்ட் என்னும் ஊருக்குப் போய் அங்கிருந்து ஒரு பஸ்சில் இரண்டு மணித்தியாலம் பயணம் செய்து மல்கா டவுன்ஸ் போய்ச் சேர்ந்தோம்.

'மெடிக்கா, வசதிகள் குறைவான இப்படி தொலைவான அவுட் பாக் ஊரிலே ஏன் உன்னுடைய பெற்றோர் வசிக்கிறார்கள்?' என போகும் வழியில் கேட்டேன்.

'மாதவன், இது எங்களுடைய மூதாதையர் நிலம். தலைமுறை தலைமுறையாக இங்கு தான் வாழ்ந்து வருகிறோம். என் கிரான்பாவின் பெயர் மின்ஞாரா, கால் நடைப் பண்ணை வைத்து நடத்துகிறார். கிரான்பாவின் முன்னோர்கள் முழுக்க முழுக்க ஆதிவாசிகள்.' என்றாள் பெருமையுடன்.

அவள் கூறியது எனக்கு திகைப்பாகவிருந்தது. நான் ஒரு போதும் அவள் ஆதிவாசியாக இருப்பாள் என நினைக்கவில்லை. என் முகத்தில் வியப்பைக் கண்டு விட்டு,

'என்ன நான் வெள்ளைக்காறக் குடும்பத்தை சேர்ந்தவள் என்று நினைத்தியோ' எனக் கலகலவெனச் சிரித்தாள்.'

'அப்படியில்லை, மெடிக்கா நீ என்றும் என் அவுஸ்திரேலிய அழகி தான்' என அவளை அணைத்துக் கொண்டேன்.

'கிரான்பாவை சந்திப்பாய் தானே, அவர் எங்களைப் பற்றி விரிவாகச் சொல்லுவார்' என்றாள் மெடிக்கா.

எங்களை அழைத்துச் செல்ல பஸ் தரிப்பிற்கு மெடிக்காவின் மாமன், காருடன் வந்திருந்தார். மல்கா டவுன்ஸ் வறண்ட சிவந்த மண் கொண்ட ஊர். மழையைக் கண்டு பலமாதங்களாக இருக்கவேண்டும். எங்கும் ஒரே புழுதி. சன நடமாட்டமும் குறைவாகவிருந்தது. கூடுதலாக ஆதிவாசிகள் குடியிருக்கும் இடமாகத் தெரிந்தது வீடு போய்ச் சேர மாலை ஐந்து இருக்கும். எங்களை எதிர்பார்த்து வீட்டு வாசலில் நின்ற மெடிக்காவின் தந்தை எவரிங்கும், தாய் கட்ரீனாவும் என்னை அன்போடு வரவேற்று உள்ளே அழைத்துக் கொண்டு போனார்கள். அவர்கள் வீட்டைப் பார்த்ததும் ஒரு நடுத்தரக்

குடும்பத்தைச் சேர்ந்தவர்கள் எனத் தெரிந்தது. மெடிக்காவின் பெற்றோர் முகச்சாயல் பார்ப்பதற்கு ஆதிவாசிகளாக தெரிந்தாலும் தோலின் நிறம் வெள்ளையரைப் போலத்தான் இருந்தது.. சரளமாக ஆங்கிலத்தில் கதைத்தார்கள். மெடிக்காவின் தாய், தாதியாக ஒரு அரசாங்க வைத்தியசாலையிலும், தந்தை அந்த ஊர் கவுன்சிலில் கிளார்க்காகவும் வேலை செய்து கொண்டிருப்பதாகச் சொன்னார்கள். மனதில் அவுஸ்திரேலியாவின் ஆதிவாசிகளைச் சந்திக்கப்போகிறேன் என நினைத்துக் கொண்டு போன எனக்கு அவர்கள், நல்லா படித்த அவுஸ்திரேலியர்களாக தெரிந்தார்கள்.

மெடிக்காவின் தாய் கட்ரீனா கொடுத்த தேநீரை குடித்துவிட்டு மனதில் தைரியத்தை வரவழைத்துக் கொண்டு,

'அங்கிள்! ஆன்டி! உங்கள் அழகான மகளை நான் காதலிக்கிறேன். அவளை என் மனைவியாக்க விரும்புகிறேன், அதற்கு உங்கள் சம்மதம் வேணும்?' எனக் கேட்டேன்.

'டீயர் சன், உன்னை மருமகனாக ஏற்றுக் கொள்வதில் எங்களுக்கு மனதார சந்தோசம் பெருமையும் கூட. உன்னைப் பற்றியும் உன் குடும்பத்தைப் பற்றியும் மெடிக்கா நிறையச் சொல்லியிருக்கிறாள்' எனக் கூறிய எவரிங்கம் அங்கிள் என்னை மார்போடு அணைத்துக் கொண்டார். கட்ரீனா ஆன்டி என்னை அணைத்து, நுனி காலில் எட்டி நின்று ஆறடி உயரத்தில் நின்ற என் நெற்றியில் முத்தமிட்டார்.

நாங்கள் அங்குபோய் இறங்கியது ஒரு சனிக்கிழமை. இரவு தொடர்ந்து கேட்ட டிங்கோ நாயின் ஊளை என் தூக்கத்தை கலைத்ததில் அடுத்த நாள் காலை, நேரம் கழித்துத் தான் கண்விழித்தேன். வீட்டில் உள்ள எல்லோரும் கிறிஸ்தவ தேவாலயத்திற்குப் புறப்பட ஆயத்தமாகவிருந்தனர். நீயும் வாறியா என மெடிக்கா கேட்க நானும் சீக்கிரமாக உடையை மாற்றிக் கொண்டு அவர்களோடு சென்றேன். தேவாலயத்தில் முழு வெள்ளையர்களும், மெடிக்காவின் பெற்றோர் போன்றவர்களும் ஆதிவாசிகளும் வந்திருந்தார்கள். ஆராதனை முடிந்தபின் தேவாலயத்தை ஒட்டினாற் போல் இருந்த அறையில் தேநீரும் சிற்றுண்டியும் பரிமாறினார்கள். அதை முடித்துக் கொண்டு வெளியே வந்து நாங்கள் காரில் ஏறவும்,

'மெடிக்காவின் வருங்காலக் கணவரை நாம் கிரான்பாவிற்கு அறிமுகப் படுத்த வேண்டாமா?' எனக் கூறியபடி காரை கிரான்பா வீட்டை நோக்கி ஓட்டினார் அங்கிள் எவரிங்கம். மரத்தால் செய்த கிரான்பாவின் வீடு ஒரு ஐம்பது கிலோ மீட்டர் தூரத்தில் அதிக சன நடமாட்டம் இல்லாத இடத்தில் இருந்தது. பக்கத்திலே தான்

அவருடைய கால் நடைப் பண்ணை. பாட்டி ஆறு வருடத்திற்கு முன் தவறியபின்னர் கிரான்பாவின் தங்கையும் தங்கையின் மகனும் தான் அந்த வீட்டில் அவருடன் வாழ்ந்து வந்தனர். கிரான்பா இந்த நாட்டின் ஆதிவாசிகளின் முகவெட்டுடன் மெடிக்காவின் பெற்றோர் போல வெள்ளைத் தோலில்லாமல் கூட என் நிறமாக, செம்பட்டையும் நரையும் கலந்த தாடியும், அதே நிறத்தில் நெளிந்த முடி கொண்ட பரட்டைத் தலையுமாக சாய்வு நாற்காலியில் அமர்ந்திருந்தார்.

மெடிக்கா என் கையைப் பிடித்துக் கொண்டு போய், 'கிரான்பா உங்களைச் சந்திக்க என் வருங்காலக் கணவர் மாதவனைக் கூட்டிக் கொண்டு வந்திருக்கிறேன்' என என்னை அறிமுகப்படுத்தினாள்.

'காயா! வெல்கம் பேரனே' என்றார் மின்ஞாரா கிரான்பா. பக்கத்தில் நின்ற மெடிக்கா, .'காயா' என்றால் நூன்கார் மொழியில் வணக்கம் என விளங்கப்படுத்தினாள்.

நாங்கள் பல விசயங்களைப் பற்றிக் கதைத்தோம். திடீரென கிரான்பா

'மகனே, சன் நீ நிச்சயமாக வெள்ளையன் இல்லை. நீ எந்த நாடு?' என சத்தமாகச் சிரித்தபடி கேட்டார்.

'சிறீலங்கா.'

'தமிழா சிங்களமா?' அடுத்த கேள்வியைக் கேட்டார்.

'தமிழ்.'.

'அப்போ நீ திராவிடன் தானே?'

'ஓம் கிரான்பா, நான் திராவிடன் தான். உங்களுக்குத் தெரியுமா, கப்டன் குக் அவுஸ்திரேலியாவிற்கு வருவதற்கு நாலாயிரம் வருடங்களுக்கு முன், தென் இந்தியாவிலிருந்து திராவிடர் இங்கு வந்து குடியேறி, ஆதிவாசிகளுடன் ஒன்றுக்குள் ஒன்றாய் இணைந்து கொண்டார்களாம், என, டி. என். ஏ ஆராய்ச்சியாளர்கள் கூறுகிறார்கள்.'

'ஹ ஹ ஹா! நீ சொந்தம் கொண்டாடுகிறாயா?' என்று சிரித்தவர் தொடர்ந்து, 'மாதவன் உங்கள் நாட்டிலே நடக்கிறதைப் பத்திரிகையில் வாசிக்கிறோம் டெலிவிசனில் பார்க்கிறோம். இதிலே பார் எங்களுக்கும் உங்களுக்கும் ஒருவித ஒற்றுமை. உங்களுக்கு உங்கள் சொந்த மண்ணிலே உயிருக்கு உத்திரவாதமில்லாமல் இரண்டாந்தர குடிமக்களாக வாழ வேண்டிய நிலைமை. நாங்கள்

65,000 வருடங்களாக இந்த அவுஸ்திரேலியக் கண்டத்திலே வாழ்ந்தவர்கள். 1777ஆம் ஆண்டில், பிரித்தானியர் எங்கள் மண்ணில் காலெடுத்து வைத்தார்கள். அன்று முதல் நாங்கள் எங்கள் சொந்த மண்ணிலே புறக்கணித்து ஒடுக்கப்பட்டு, வாழவேண்டியிருந்தது. எங்களை ஒழித்துக் கட்டும் நோக்கத்தோடு சுட்டுக் கொன்றார்கள். நாங்கள் குடிக்கும் நீர் நிலைகளில் நஞ்சைக் கலந்து சாகடித்தார்கள். சிறுவர்களையும் இளைஞர்களையும் பிடித்துக்கொண்டு போய் வீடுகளிலும் தோட்டங்களிலும் அடிமைகளாக வேலை செய்ய வைத்தார்கள். இப்படிப் பல கொடுமைகள்.

பின்பு, 1910 ஆண்டில் இருந்து 1970 ஆண்டு வரையான காலத்தில் 'குபாவின்', வெள்ளையரின், மத்திய அரசும் மாநில அரசும் சேர்ந்து, 'ஒன்றாக இணைத்தல்' என்ற சட்டச்செயற்திட்டத்தின் கீழ் ஆதிவாசிகளுக்கும் வெள்ளையருக்கும் பிறந்த பிள்ளைகளை, அவர்கள் தோல் நிறத்தால் அடையாளம் கண்டு, வலுக்கட்டாயமாகப் பிடித்துக் கொண்டு போய் கிறிஸ்தவ சேவைக் குழுக்கள் மற்றும் அரசாங்கம் நடத்தும் விடுதிகளிலும் தனியார் வீடுகளிலும் சேர்த்தனர். இவர்கள் கொஞ்சம் நிறமாக இருந்ததால் இலகுவாக வெள்ளையர் சமூகத்திற்குள் உள்வாங்கப்பட்டு இணைந்து விடுவார்கள் என்ற நோக்கத்துடன் செயல்பட்டார்கள். இந்தக் காலகட்டத்தில் இப்படிப் பாதிக்கப் பட்டவர்களை திருடப்பட்ட தலை முறையினர் என்போம், இது தெரியுமோ?.'

'ஓம் ஓம் தெரியும்.'

'அந்த விதத்தில் நானும் பாதிக்கப்பட்டேன். ஆயிரத்து தொளாயிரத்து நாற்பதாம் ஆண்டில் ஒரு நாள், அப்போ குளிர்காலம், காலை எட்டு மணியிருக்கும், சூரியனின் ஒளிக்கதிர்கள் எங்கள் சிறிய கிச்சனை சூடேற்றிக் கொண்டிருந்தது. என் தம்பிக்கும் எனக்கும் அம்மா காலை உணவு தயாரித்து தரும்வரை நித்திரை கலையாமல் கண்களைக் கசக்கிக் கொண்டிருந்தோம். அப்போது முன் வாசல் கதவு தடதடவென உரிமையோடு தட்டப்பட்டது. அப்பா வீட்டில் இல்லாததால் அம்மா கதவைத் திறக்கத் தயங்கினார். திரும்பவும் கதவே உடைந்து விடும் போல தட்டினார்கள். அம்மா போய் கதவைத் திறந்தார். சூட் அணிந்த 'குபா', வெள்ளைக்காறன் கட்டளையிட இரண்டு பொலீஸ்காரன்கள் என்னையும் தம்பி டேவிட்டையும் கதறக்கதற தூக்கிக் கொண்டுபோய் அரசாங்க வண்டியில் ஏற்றினார்கள். எங்கள் அம்மா பைத்தியம் பிடித்தவர் போல் கத்திக் குளறி அழுதார். அவர்கள் அம்மாவைப் பொருட்படுத்தவே இல்லை. றோட்டுக்கு ஓடி வந்த அம்மா முழந்தாளில் விழுந்து குளறி அழுதார்.

வண்டி புறப்பட்டுப் போகவும் பின்னால் திரும்பிப் பார்த்தேன். அம்மா முகத்தில் கண்ணீர் வழிந்தோட கைமுஷ்டியை றோட்டில் அடித்தபடி...............! இத்தனை வருடத்திற்கு பின்னும் அம்மாவைப் பிரிந்த வலி இன்னும் இருக்கிறது.' உணர்ச்சியில் அவர் குரல் நடுங்கியது. கண்களில் நீர் கசிந்தது.

'கிரான்பா அப்போ உங்களுக்கு எத்தனை வயதிருக்கும்' எனக் கேட்டேன்.

'ஐந்து வயது தான் சன். இப்படி கொண்டு போய் சேர்த்த விடுதிகளில் எமது மொழியிலே கதைக்கவிடாது வலுக்கட்டாயமாக ஆங்கிலம் வாசிக்கவும் கதைக்கவும் கற்பித்தார்கள். காலையும் மாலையும் செபம் செய்ய வைத்தார்கள். நாங்கள் தாய் தந்தையின் அன்புக்காக ஏங்கினோம். அது மட்டுமில்லை இந்தத் திருடப்பட்ட தலைமுறைப் பிள்ளைகளான நாங்கள் அங்கே உடலாலும், உளவியல் ரீதியாகவும் பாலியல் வன்முறையாலும் பெரிய அளவில் பாதிக்கப்பட்டதால், அங்கு இருந்து விடுதலை கிடைத்த பின்னும் அதீத வேதனையை வாழ் நாள் முழுவதும் அனுபவிக்கிறோம்.

இப்படி அக்கால கட்டத்தில் திருடப்பட்ட தலைமுறையினர், குடும்பத்திலிருந்து பிளவுபட்டுப் பிரிந்ததால் எமது கலாசாரம் பண்பாடு அடையாளம் எல்லாவற்றையுமே தொலைத்து விட்டோம். இது எல்லாம் எங்களுக்கு நடந்து முடிந்த கதை.

இப்போது வெள்ளையர்களின் பழக்க வழக்கங்களை மேற்கொண்டு வாழ்கிறோம். இரண்டாயிரத்து எட்டாம் ஆண்டில் பிரதமராக இருந்த கெவின் றாட், அவுஸ்திரேலியப் பாராளுமன்றத்தில் அரசாங்கத்தின் சார்பில், எங்கள் திருடப்பட்ட தலைமுறைக்கு இழைத்த அநீதிக்கு மன்னிப்புக் கோரினார்.'

'ஓம் ஓம் கிரான்பா 'இன்று நாங்கள் இந்த மண்ணின் பூர்வீக மக்களை கௌரவிக்கிறோம். உலகிலே மனித சரித்திரத்தில் தொடர்ச்சியாகத் திகழும் மிகப் பழமை வாய்ந்த கலாசாரம் அவர்களுடையது. நாங்கள் கடந்த காலத்தில் தவறாக நடத்தியவை யாவற்றையும் முக்கியமாக திருடப்பட்ட தலைமுறையினரை நினைவு கூறுகிறோம்' என்று அவரின் நீண்ட மன்னிப்புக் கோரும் பிரேரணை தொடங்கியது அல்லவா?' என்றேன்.

'யெஸ், சொறி சொன்னது ஒரு தைரியமான சரித்திரம் படைக்கும் செயல். அதை நாங்கள் மனதார ஏற்கவேண்டும்' என்றாள் மெடிக்கா.

‘சரி மகள், ஒப்புக் கொள்கிறேன். எமக்கு ஏற்பட்ட தழும்பு மறையலாம். பட்ட துன்பம் மாறாது, மறக்கலாமா அந்த உணர்வை? ம..ற..க்..கவே முடியாது.’ என்ற கிரான்பாவின் குரலில் நடுக்கத்தைக் கவனித்தேன்.

மூன்று நாள் அங்கு தங்கிவிட்டு நான் மட்டும் சிட்னி திரும்பினேன். இரண்டு நாட்களுக்குப் பின் தான் துணிந்து என் பெற்றோரிடம் மெடிக்காவை திருமணம் செய்வதைப் பற்றிய பேச்சை எடுத்தேன்.

‘அம்மா! அப்பா! நீங்கள் மெடிக்காவை சந்தித்திருக்கிறீர்கள் தானே. அவளைப் பற்றி என்ன நினைக்கிறீர்கள்’

‘வடிவான பெட்டை. வெள்ளைக்காரச்சி தானே. இத்தாலி நாட்டைச் சேர்ந்தவளோ?’

‘இல்லை அம்மா! மெடிக்கா இண்டிஜனஸ் இந்த நாட்டின் ஆதிவாசி பரம்பரையைச் சேர்ந்தவள். அவளைக் காதலிக்கிறேன், அவளைத்தான் கல்யாணம் கட்டப்போறேன்.’

ஒரு நிமிடத் தாமத்திற்குப்பின், ‘ஐயோ போயும் போயும் ஒரு அபோரிஜினல் சாதியையா தேடிப் பிடித்தாய்?’ என்று கீச்சிட்டா அம்மா.

‘மாதவன் அந்தப் பிள்ளையின் குடும்பத்துக்கும் எங்கட குடும்பத்திற்கும் ஒத்துப்போகுமா?’ என தனது ஐயத்தைப் போட்டு வைத்தார் அப்பா

‘அவர்கள் திருடப்பட்ட தலைமுறையை சேர்ந்தவர்கள். அவர்களின் பண்பாடு பழக்கவழக்கங்கள் வெள்ளை அவுஸ்திரேலியர் போலவேதான். படித்தவர்கள், பெற்றோர் அரசாங்க உத்தியோகத்தில் இருக்கிறார்கள், கிறீஸ்த்தவர்கள். அப்பா! நான் மெடிக்காவின் தாய் தகப்பனை அவர்கள் ஊரான மல்கா டவுன்சுக்குப் போய்ச் சந்தித்து எங்களுடைய திருமணத்திற்கு அவர்களது ஆசீர்வாதமும் கிடைத்துவிட்டது.’

‘ஆனால் மாதவன், எங்கட சாதி சனம் தெரியா......தோ?’ என்றார், கண்டம் மாறியும் பழமையை மறக்கமுடியாத என் அம்மா.

‘எங்கள் சொந்த மண்ணில் உயிருக்கு உத்தரவாதமில்லாது இங்கு ஓடிவந்து இந்நாட்டின் குடிமக்களாகி விட்டோம். இவர்களும் எங்களைப் போல் தங்கள் சொந்த மண்ணிலே வெள்ளையரின் ஆதிக்கத்தின் கீழ் உயிர்களை இழந்து உரிமைகளை இழந்து பல கொடுமைகளையும் அனுபவித்தவர்கள். இந்த விசயமே எங்களுக்கும்

ஆதிவாசிகளுக்கும் உள்ள ஒற்றுமையை காட்டுகிறது. இதுவே எங்களை இணைக்கும் ஒரு பாலம்.' இதை சொல்லிவிட்டு அவர்கள் சம்மதம் கிடைக்கும் என்ற நம்பிக்கையுடன் என் அறைக்குள் புகுந்து கொண்டேன்.

(தமிழ்நாடு முற்போக்கு எழுத்தாளர்
சிறுகதைப் போட்டியில் பரிசு பெற்ற கதை –2019)

எழுத்தாளர்கள் பற்றிய குறிப்புகள்

கன்பரா யோகன்

இலங்கையிலும் அவுஸ்திரேலியாவிற்கு புலம் பெயர்ந்த பின்னரும் நீண்ட காலமாக கலை, இலக்கிய செயற்பாடுகளில் ஈடுபட்டுவரும் கன்பரா யோகனின் இயற்பெயர், யோகானந்தன். மெல்பன் கலைவட்டம் என்ற அமைப்பிலிருந்தபோது நாடகத்துறையிலும் ஈடுபட்டிருந்தவர். அதற்கு முன்பு 1985, 86 இல் யாழ்ப்பாணப் பல்கலைக்கழகத்தில் படித்துக் கொண்டிருந்தபோது "மண்சுமந்த மேனியர்" நாடகத்தில் பங்கேற்றவர்.

தற்போது அவுஸ்திரேலியா கன்பரா மாநிலத்தில் வசித்துவரும் யோகன், சிறுகதை, நூல் விமர்சனம், பத்தி எழுத்துக்கள் முதலான துறைகளில் எழுதிவருகிறார்.

தெய்வீகன்

இலங்கையில் ஊடகவியலாளராக எழுத்துப்பணியை ஆரம்பித்த தெய்வீகன், அவுஸ்திரேலியா மெல்பனுக்கு மேற்கல்விக்காக வந்தபின்னர் இலக்கியப்பிரதிகளை எழுதிவருகிறார்.

இலங்கை – இந்திய ஊடகங்களில் சிறுகதை, பத்தி எழுத்து, அரசியல் விமர்சனங்கள் எழுதிவரும் தெய்வீகன், அவுஸ்திரேலியா தமிழ் இலக்கிய கலைச்சங்கத்தில் அங்கம் வகித்தவாறு வாசிப்பு அனுபவப் பகிர்வுகளையும் ஒருங்கிணைத்து வருகிறார்.

சிறுகதைத் தொகுப்புகள் – 1. அமீலா, 2. உன்கடவுளிடம் போ. அரசியல் கட்டுரைகள் – காலியாக்கப்பட்ட நாற்காலியின் மீது அமர்ந்திருக்கும் புலி. பத்தி – பெய்யெனப் பெய்யும் வெயில். புனைவுத் தொடர் – நாடற்றவர்களின் கடவுச் சீட்டு.

அருண் விஜயராணி (1954 – 2015)

இலங்கையில் வாழ்ந்த காலப்பகுதியில் 1972 ஆம் ஆண்டு இலக்கியப்பிரவேசம் செய்த அருண். விஜயராணி, இலங்கை வானொலிக்காக பல ஒலிச்சித்திரங்களை எழுதியளித்தவர். அவுஸ்திரேலியாவுக்கு புலம்பெயர்ந்த பின்னர் சிறுகதைகள் கட்டுரைகள் எழுதினார். இவரது "கன்னிகா தானங்கள்" என்ற கதைத் தொகுதியை தமிழ்நாடு தமிழ்ப்புத்தகாலயம் வெளியிட்டுள்ளது.

அவுஸ்திரேலிய 'தமிழ் முரசு' இதழின் ஆசிரியராகவும் இயங்கிய அருண். விஜயராணி, அவுஸ்திரேலிய தமிழ் இலக்கிய கலைச்சங்கம், இலங்கை மாணவர் கல்வி நிதியம் முதலான அமைப்புகளிலும் தலைவராக இயங்கியவர். கடந்த 2015 ஆம் ஆண்டு மெல்பனில் மறைந்தார்.

அசன்

சந்திரகாசன் என்ற இயற்பெயரைக்கொண்டிருக்கும் அசன், அவுஸ்திரேலியா சிட்னியில் வசிப்பவர். இங்கு இலக்கியப்பவர் என்ற அமைப்பிலிருந்தபோது நாடகங்கள் பலவற்றை எழுதி இயக்கி மேடையேற்றியவர். அவற்றுள் மொழிபெயர்ப்பு நாடகங்களும் அடக்கம். அசனின் நாடகங்கள் மெல்பன், சிட்னி முதலான நகரங்களில் மேடையேற்றம் கண்டுள்ளன. இலங்கையில் வாழ்ந்த காலப்பகுதியில் தேசிய கலை இலக்கியப்பேரவையில் அங்கம் வகித்த அசன், அவுஸ்திரேலியாவுக்குப் புலம்பெயர்ந்த பின்னரும் தொடர்ந்து இலக்கியப்பிரதிகளை எழுதிவருகிறார்.

முருகபூபதி

படைப்பிலக்கியவாதியாகவும் ஊடகவியலாளராகவும் இயங்கிவரும் முருகபூபதி, மெல்பனில் வசிக்கிறார். இங்கு இலங்கை மாணவர் கல்வி நிதியம் அவுஸ்திரேலியத் தமிழ் இலக்கிய கலைச்சங்கம் முதலான அமைப்புகளின் நிறுவன உறுப்பினரான முருகபூபதி சிறுகதை, நாவல், கட்டுரை, பயண இலக்கியம், பத்தி எழுத்துக்கள், சிறுவர் இலக்கியம் முதலான துறைகளில் தொடர்ந்து எழுதிவருகிறார்.

இத்துறைகளில் இவரது பல நூல்கள் வெளியாகியுள்ளன. முருகபூபதியின் வாழ்வையும் பணிகளையும் சித்திரிக்கும் ரஸஞானி என்ற ஆவணப்படமும் வெளியாகியிருக்கிறது.

வெளியான நூல்கள் – சிறுகதைகள் – 1. சுமையின் பங்காளிகள் 2. சமாந்திரங்கள் 3. வெளிச்சம் 4. எங்கள் தேசம் 5. கங்கை மகள் . நினைவுக் கோலங்கள் 6. கதைத் தொகுதியின் கதை நாவல் – பறவைகள் சிறுவர் இலக்கியம் – பாட்டி சொன்ன கதைகள் பயண இலக்கியம் – சமதர்மப் பூங்காவில் நேர்காணல் – சமதர்மப்பூங்காவில் இவை தவிர, 15 கட்டுரை நூல்கள்

நடேசன்

அவுஸ்திரேலியா – மெல்பனில் வசிக்கும் விலங்கு மருத்துவரான நடேசன் 1990 ஆம் ஆண்டிற்குப் பின்னர் எழுதத் தொடங்கியவர். தனது தொழில்சார் அனுபவப் பதிவுகளை எழுதத்தொடங்கிய நடேசன், சிறுகதை, நாவல், பயண இலக்கியம், புனைவு சாரா பத்தி எழுத்துக்கள் எனப் பல துறைகளில் தொடர்ந்தும் எழுதிவருகிறார்.

மெல்பனில் சிறிது காலம் உதயம் என்ற (தமிழ் – ஆங்கில) இருமொழி மாத இதழின் நிருவாக ஆசிரியராகவும் பணியாற்றியவர். தற்போது அவுஸ்திரேலிய தமிழ் இலக்கிய கலைச்சங்கத்தின் செயலாளராக இயங்கி வரும் நடேசனின் படைப்புகள் ஆங்கிலத்திலும் சிங்களத்திலும் வெளியாகியுள்ளன.

வெளியான நூல்கள் – நாவல்கள் 1.வண்ணாத்திகுளம் 2. உனையே மயல் கொண்டு 3. அசோகனின் வைத்தியசாலை 4. கானல் தேசம் 5. பண்ணையில் ஒரு மிருகம் சிறுகதைகள் – 1. மலேசியன் ஏர்லைன் 370, 2. அந்தரங்கம், 3. பிள்ளைத்தீட்டு பயண இலக்கியம் நைல் நதிக்கரையிலே ……….. கட்டுரை – எக்ஸைல் புனைவுசாரா பத்தி – வாழும் சுவடுகள்

எஸ். கிருஷ்ணமூர்த்தி

சிறுகதை, பத்தி எழுத்து, மற்றும் சினிமா விமர்சனம் என எழுதிவரும் கிருஷ்ணமூர்த்தி, அவுஸ்திரேலியத் தமிழ் இலக்கிய கலைச்சங்கத்திலும் அங்கம் வகிக்கின்றார்.

இதுவரையில் இவரது படைப்புகளின் தொகுப்பாக மூன்று நூல்கள் வெளிவந்துள்ளன. திரைக்கண் (சினிமா விமர்சனம்) நோ போல் (சிறுகதைகள்) மறுபக்கம் (பத்திகளும் கதைகளும்) எழுத்தாளர் முருகபூபதியின் வாழ்வையும் பணிகளையும் சித்திரிக்கும் ரஸஞானி ஆவணப்படத்திற்கான பிரதியை எழுதி இயக்கியிருக்கும் கிருஸ்ணமூர்த்தியின் சிறுகதைகள் ஆஸ்திரேலியா தமிழ் வானொலிகளிலும் ஒலிபரப்பாகியுள்ளன.

ஜே.கே.

ஜெயக்குமாரன் என்ற இயற்பெயரைக் கொண்டிருக்கும் ஜே.கே, சிறுகதை, நாவல், மற்றும் பத்தி எழுத்துக்களினால் நன்கு அறிமுகமானவர்.

உண்மைச் சம்பவங்களின் பின்னணியில் இவரால் எழுதப்படும் புனைவுகளில் அங்கதச் சுவையும் இழையோடியிருக்கும். அவுஸ்திரேலியா மெல்பனில் வதியும் இவர்.

படலை என்ற வலைப்பூவையும் இயக்கிவருகிறார். இதுவரையில் ஒரு கதைத் தொகுதியையும் (சமாதானத்தின் கதை) ஒரு நாவலையும் (கந்தசாமியும் கலெக்ஸியும்) ஒரு பத்தி எழுத்து தொகுப்பினையும் வெளியிட்டுள்ளார்.

தாமரைச்செல்வி

இலங்கையில் 1970 களில் எழுதத் தொடங்கிய தாமரைச்செல்வியின் சில க்தைகள் குறும்படங்களாகவும் வெளியாகியுள்ளன. ரதிதேவி என்ற இயற்பெயரைக்கொண்டிருக்கும் தாமரைச்செல்வி, சிறுகதை, நாவல் முதலான துறைகளில் எழுதிவருகிறார்.

அவுஸ்திரேலியா குவின்ஸ்லாந்து மாநிலத்தில் வசித்துவரும் தாமரைச்செல்வி, இந்த கங்காரு தேசத்துக்கண்டத்துக்கு படகில் வந்த அகதிகளின் வாழ்வுக்கோலங்களை சித்திரித்து உயிர்வாசம் என்ற நாவலை எழுதி, அதற்கு இலங்கையில் தேசிய சாகித்திய விருதும் பெற்றுள்ளார்.

சிறுகதை – 1. வன்னியாச்சி, 2. மழைக்கால இரவு, 3. அழுவதற்கு நேரமில்லை
நாவல் – 1. சுமைகள், 2. தாகம், 3. வீதியெல்லாம் தோரணங்கள், 4. பச்சை வயல் கனவு, 4. உயிர்வாசம்

ஆசி. கந்தராஜா

தாவரவியல் பேராசிரியரான ஆசி. கந்தராஜா, வானொலி ஊடகவியலாளருமாவார். படைப்பிலக்கியத் துறையில் ஈடுபட்டுவரும் இவரது இரண்டு கதைத் தொகுதிகள் இலங்கையில் தேசிய சாகித்திய விருதுகளை பெற்றுள்ளன. சில பல்கலைக்கழகங்களில் வருகைதரு பேராசிரியராக பணியாற்றிவரும் இவர் புனைவுசாரா பத்தி எழுத்து துறையிலும் ஈடுபட்டுள்ளார்.

அவுஸ்திரேலியா சிட்னியில் வசிக்கும் இவர், முன்னர் அங்கு இயங்கிய இலக்கியப்பவர் என்ற அமைப்பிலும் அங்கம் வகித்தவராவார். வெளிவந்த நூல்கள் – சிறுகதை – 1.பாவனை பேசலன்றி. உயரப்பறக்கும் காகங்கள் 3. கள்ளக்கணக்கு 4. பணச்சடங்கு புனைவுக்கட்டுரைகள்– 1.கறுத்தக் கொழும்பான், 2. செல்லப்பாக்கியம் மாமியின் முட்டிக் கத்திரிக்காய், 3. மண் அளக்கும் சொல் நேர்காணல் – தமிழ் முழங்கும் வேளையிலே

கே. எஸ். சுதாகர்

இலங்கையிலும் தமிழகத்திலும் நடந்த பல சிறுகதைப் போட்டிகளில் பரிசில்களை பெற்றுள்ள கே. எஸ். சுதாகர், இதுவரையில் மூன்று கதைத் தொகுப்புகளை வரவாக்கியிருப்பவர்.

சுருதி என்ற வலைப்பூவை இயக்கிவரும் சுதாகர், நூல் விமர்சனங்களும் எழுதிவருகிறார். திரைப்படச்சுவடி எழுதுவதிலும் தனது கவனத்தை செலுத்திவரும் இவர், மெல்பனில் வசிக்கிறார்.

வெளியான நூல்கள் –சிறுகதைகள் – 1. எங்கோ போகிறோம் 2. சென்றிடுவீர் எட்டுத்திக்கும் 3. பால்வண்ணம் குறுநாவல் – வளர் காதல் இன்பம்

தேவகி கருணாகரன்

சர்வதேசப் பார்வை கொண்ட சிறுகதைகளை எழுதிவரும் தேவகி கருணாகரனின் சில சிறுகதைகள் ஆங்கிலத்திலும் வெளிவந்துள்ளன.

அவுஸ்திரேலியா – சிட்னியில் வதியும் தேவகி கருணாகரனின் இரண்டு சிறுகதைத் தொகுதிகள் இதுவரையில் வெளிவந்துள்ளன.

அவுஸ்திரேலியா, இலங்கை, தமிழக ஊடகங்களில் தொடர்ந்தும் எழுதிவருகிறார். வெளியான நூல்கள் – சிறுகதைகள் – 1. அன்பின் ஆழம், 2. அவள் ஒரு பூங்கொத்து